முதல் நாடகம்
நாடகங்கள்

கிழக்கு பதிப்பக வெளியீடுகளாக சுஜாதாவின் புத்தகங்கள்

21ம் விளிம்பு
24 ரூபாய் தீவு
6961
அப்பா, அன்புள்ள அப்பா
அப்ஸரா
அனிதா - இளம் மனைவி
அனிதாவின் காதல்கள்
அனுமதி
ஆ..!
ஆட்டக்காரன் சிறுகதைகள்
ஆதலினால் காதல் செய்வீர்
ஆயிரத்தில் இருவர்
ஆர்யபட்டா
ஆழ்வார்கள்:ஓர் எளிய அறிமுகம்
ஆஸ்டின் இல்லம்
இதன் பெயரும் கொலை
இரண்டாவது காதல் கதை
இருள் வரும் நேரம்
இளமையில் கொல்
இன்னும் ஒரு பெண்
உள்ளம் துறந்தவன்
ஊஞ்சல்
எதையும் ஒரு முறை
என் இனிய இயந்திரா
என்றாவது ஒரு நாள்
ஐந்தாவது அத்தியாயம்
ஒரு நடுப்பகல் மரணம்
ஒரே ஒரு துரோகம்
ஓடாதே
ஓரிரவில் ஒரு ரயிலில்
ஓரிரு எண்ணங்கள்
ஓலைப்பட்டாசு
கடவுள் வந்திருந்தார்
கமிஷனருக்குக் கடிதம்
கம்ப்யூட்டரே ஒரு கதை சொல்லு
கம்ப்யூட்டர் கிராமம்
கரையெல்லாம் செண்பகப்பூ
கற்பனைக்கும் அப்பால்
கனவுத் தொழிற்சாலை
காயத்ரி
குருபிரசாத்தின் கடைசி தினம்
கை
கொலை அரங்கம்
சிங்கமய்யங்கார் பேரன்
சில வித்தியாசங்கள்
சிவந்த கைகள்
சிறுகதை எழுதுவது எப்படி?
சின்னச் சின்னக் கட்டுரைகள்
சொர்க்கத் தீவு
டாக்டர் நரேந்திரனின் வினோத வழக்கு
தங்க முடிச்சு
தப்பித்தால் தப்பில்லை
திசை கண்டேன் வான் கண்டேன்
தீண்டும் இன்பம்
தூண்டில் கதைகள்
தேடாதே
தோரணத்து மாவிலைகள்
நகரம் சிறுகதைகள்
நிர்வாண நகரம்
நில் கவனி தாக்கு
நில்லுங்கள் ராஜாவே
நிறமற்ற வானவில்
நிஜத்தைத் தேடி
நைலான் கயிறு
பதினாலு நாள்கள்
பத்து செகண்ட் முத்தம்
பாதி ராஜ்யம்
பாரதி இருந்த வீடு
பிரிவோம் சந்திப்போம்
ப்ரியா
மண்மகன்
மத்யமர்
மலை மாளிகை
மனைவி கிடைத்தாள்
மாயா
மிஸ் தமிழ்தாயே நமஸ்காரம்
மீண்டும் ஒரு குற்றம்
மீண்டும் தூண்டில் கதைகள்
மீண்டும் ஜீனோ
முதல் நாடகம் - நாடகங்கள்
மூன்றுநாள் சொர்க்கம்
மெரீனா
மேகத்தைத் துரத்தியவன்
மேலும் ஒரு குற்றம்
மேற்கே ஒரு குற்றம்
ரயில் புன்னகை
ரோஜா
வசந்த காலக் குற்றங்கள்
வாய்மையே சில சமயம் வெல்லும்
வாரம் ஒரு பாசுரம்
வானத்தில் ஒரு மௌனத்தாரகை
விக்ரம்
விடிவதற்குள் வா
விபரீதக் கோட்பாடு
விருப்பமில்லா திருப்பங்கள்
விரும்பிச் சொன்ன பொய்கள்
விவாதங்கள் விமர்சனங்கள்
விழுந்த நட்சத்திரம்
வைரங்கள்
ஜன்னல் மலர்
ஜீனோம்
ஜோதி
ஸ்ரீரங்கத்து தேவதைகள்

முதல் நாடகம்

நாடகங்கள்

சுஜாதா

கிழக்கு

முதல் நாடகம் : நாடகங்கள்
Muthal Naadagam : Naadagangal
by Sujatha
Sujatha Rangarajan ©

First Edition: September 2010
136 Pages

ISBN 978-81-8493-531-8
Kizhakku - 534

Kizhakku Pathippagam
177/103, First Floor,
Ambal's Building, Lloyds Road,
Royapettah, Chennai 600 014.
Ph: +91-44-4200-9601
Email : support@nhm.in
Website : www.nhm.in

Cover Image : Shutterstock ©

Kizhakku, An imprint of New Horizon Media Pvt. Ltd.

All rights relating to this work rest with the copyright holder. Except for reviews and quotations, use or republication of any part of this work is prohibited under the copyright act, without the prior written permission of the publisher of this book.

உள்ளே

முதல் நாடகம்	...	07
பிரயாணம்	...	57
மந்திரவாதி	...	103

மூதல் நாடகம்

பாத்திரங்கள்

காந்தாமணி, வயது 20

சீதாராம் ராவ், வயது 55

ராஜு, வயது 24

கான்ஸ்டபிள் - 1

சர்க்கிள் இன்ஸ்பெக்டர்

கான்ஸ்டபிள் - 2

வஸந்த், வயது 30

ஸ்ரீகாந்த், வயது 18

முதல் நாடகம்

(நிகழ்காலத்தில் தொடர்ந்து செல்லும் ஓரங்க நாடகம். ஏறக்குறைய 110 நிமிடங்கள்)

(மாலை 6.00)

மேடை அமைப்பு

நாடகத்தின் மேடை ஒரு பெண்ணின் அறை. நாடகத்தின் நிகழ்ச்சிக்குத் தேவையான சாதனங்கள் மிகவும் சொற்பமே. ஒரு டெலிபோன், மேடையின் பின்பகுதியில் ஒரு மானசீக அறைக்குச் செல்லும் கதவுகள். வலது புறத்திலிருந்துதான் எல்லாப் பாத்திரங்களும் பிரவேசிக்கிறார்கள். அறை ஒரு மாடி அறை என்கிற உணர்ச்சியை ஏற்படுத்தினால் நலம். மேடையின் முன்புறம் ஒரு பாகத்தில் பாத்திரங்கள் நடப்பதற்கும் நடிப்பதற்கும் கொஞ்சம் தாராளமாக இடம் தேவை. உட்காருவதற்கு ஒரு சோஃபா தேவை. சுவரில் படங்கள், காலண்டர்கள் இருக்கலாம். அவற்றில் காந்திஜியின் மூன்று குரங்குகள் படம் (கண், வாய், காது பொத்தின குரங்குகள்) கதையின் சம்பாஷணை யில் வருகிறது. ஒரு கொடி, அதில் புடைவைகள் தொங்கிக் கொண்டிருக்கலாம். ஒரு டிரஸ்ஸிங் டேபிள் வேண்டும். சிறிய மேஜை ஒன்றில் பாத்திரங்கள், புத்தகங்கள், செய்தித்தாள் ஒன்று, மேடை அலங்காரம், பொதுவான நாடக ஓட்டத்திலிருந்து டிஸ்டராக்ட் செய்யாமல் இருக்கவேண்டும். சுவரில் ஒரு கடிகாரம் வேண்டும். இயல்பாக ஓடிக் கொண்டிருக்கும் கடிகாரம்.

இந்த நாடகத்தின் அழுத்தம், மிக இயல்பான பேச்சிலும் சில சமயம் ஒன்றுபட்ட செயல்களிலும்தான் இருக்கிறது. ஒரு பாத்திரம், நாடகம் பூராவும் வருகிறார்.

திரை விலகும்போது மேடையின் நடுவே ஒரு இளம் பெண் நின்றுகொண்டிருக்கிறாள். அப்போதுதான் அலுவலகத்திலிருந்து வரும் தோற்றம். அவள் மேடையின் வலதுபுறத்தை நோக்கிக் கொண்டு நிற்கிறாள். அவள் பெயர் காந்தாமணி.

காந்தாமணி: வாங்க சார்... வாங்க...

      (ஒருவரும் வருவதில்லை.)

      வாங்க! சங்கோஜப்படாதீங்க...

(சீதாராம் ராவ், சுமார் 55 வயது, நுழைகிறார். அவர் ஹேட், கோட், டை, கொஞ்சம் தொளதொள பேண்ட் அணிந்துகொண்டு தன் ஷூக்களைக் கையில் தூக்கிக்கொண்டு பைய நடந்து வருகிறார். His walk sets the initial hilarious mood of the play. அறையைச் சுற்றிலும் பராக்கு பார்க்கிறார்.)

காந்: ஷூவை ஏன் கழட்டிட்டீங்க? ஷூ போட்டுட்டே வரலாம். இது கோயில் இல்லை.

ராவ்: புதுசு, காலைக் கடிக்கிறது சனியன்... இதான் உன் ரூமா, பேஷ்! *(ஆராய்கிறார்.)*

காந்: சின்ன ரூம் சார். *(தூசி தட்டுகிறாள்.)*

ராவ்: பாத்ரூம் எங்கே இருக்கு?

காந்: *(இடது பக்கம் காட்டி)* அது பெட்ரூம், அதுக்கு அப்பாலே பாத்ரூம். ஏன் போகணுமா?

ராவ்: இல்லேம்மா. நான் போகணும். உன்னைக் கொண்டு விட்டுட்டேன். என் காரியம் முடிஞ்சு போச்சு. நான் மேலே வர்றதாக இல்லை. சும்மா நீ கூப்பிட்டியேன்னு வந்தேன். நான் வரட்டுமா?

காந்: ஏன் சார்! எங்க வீட்டிலே ஒரு காப்பி சாப்பிடக் கூடாதா?

ராவ்: அப்படி இல்லை. வேறொரு சமயம் சாவகாசமா வரேன்.

காந்: என் காப்பியைக் கண்டா அவ்வளவு பயமா உங்களுக்கு? உட்காருங்களேன். உட்காரக்கூட மாட்டீங்களா?

ராவ்: *(சோபாவின் ஓரத்தில் உட்காருகிறார்)* உக்காந்துட்டேன், சரிதானே! *(ஷூவைக் கீழே வைக்கிறார்.)*

காந்: ஹேட்டைக் கழட்ட மாட்டீங்களா?

ராவ: எந்த ஹேட்டு?

காந்: உங்க தலையிலே போட்டுக்கிட்டிருக்கீங்களே.

ராவ்: போட்டுண்டு இருக்கேனா என்ன? *(தலையைத் தொட்டுப் பார்த்துக் கொள்கிறார். அதனுள் இருந்த)* கர்சீப்பை அப்பவே புடிச்சுத் தேடிட்டிருந்தேன். *(ஹேட்டை அருகில் வைக்கிறார். தலையைக் கைக் குட்டையால் துடைத்துக்கொள்கிறார்)*

காந்: சரியாத்தான் உட்காருங்களேன். ஏதோ டாக்டர் வீட்டிலே உக்காரறாப்பலே உட்கார்ந்திருக்கீங்களே? ஒரு நிமிஷம் இருங்க. காப்பி கொண்டு வர்றேன்.

ராவ்: *(சப்பளம் கட்டிக்கொண்டு உட்காருகிறார்)* காந்தாமணி, காப்பி வேண்டாம். நான் இந்த வேளையிலே காப்பி சாப்பிடறதில்லை.

காந்: எனக்கு புரிஞ்சு போச்சு சார்.

ராவ்: எனக்குப் புரியலையே? என்ன?

காந்: நீங்க ஏன் காப்பி சாப்பிடமாட்டேங்கறேள்?

ராவ்: ஏன் சாப்பிட மாட்டேங்கறேன்?

காந்: நீங்க யார் சார்? ஒரு மேனேஜர். நான் ஒரு கிளார்க். என்ன இருந்தாலும் லெவல்லே வித்தியாசம் இல்லையா? எங்க வீட்டிலே எல்லாம் காப்பி சாப்பிடுவீங்களா?

ராவ்: சேச்சேச்சே! அப்படி எல்லாம் இல்லே.

காந்: நீங்க சாப்பிட மாட்டீங்க.

ராவ்: எனக்கு இந்த வித்தியாசம் எல்லாம் கிடையாது. ஆபீஸ்லதான் நான் மேனேஜர், நீ கிளார்க் அதெல்லாம். வெளியிலே அதெல்லாம் இல்லை. வெளியில நான் ஒரு ஆண், நீ ஒரு ஆணி...

காந்: நீங்க ஏன் சார் சாப்பிடுவீங்க, இந்த ஏழை வீட்டுல?

ராவ்: சாப்பிடறேன் குடு.

காந்: நான்தான் பைத்தியக்காரி மாதிரி, வித்தியாசங்கள் எல்லாம் பாராட்ட மாட்டீங்கன்னு...

ராவ்: *(இரைந்து)* இப்ப குடுக்கப்போறயா இல்லையா? சட்டுனு போட்டுண்டு வா. டாக்ஸி விஷம் மாதிரி ஏறிண்டு இருக்கும்.

காந்: ஒரு நிமிஷம் சார். *(இடது பக்கம் நோக்கிப் போகிறாள். பாதியில் தயங்குகிறாள்.)* காப்பி வேணுமா இல்லை வேற ஏதாவது சாப்பிடறீங்களா?

ராவ்: வேற ஏதாவதுன்னா?

காந்: காப்பியைவிட ஸ்ட்ராங்கா.

ராவ்: சாராயமா?

காந்: ம்...

ராவ்: பேசப்படாது. இன்னிக்கு என்ன கிழமை?

காந்: வியாழக்கிழமை.

ராவ்: நான் வியாழக்கிழமை குடிக்கிறதில்லே. பூஜை. ஆமா... சாராயமெல்லாம் வேற வெச்சிருக்கியா என்ன? நீ நல்ல பொண்ணுன்னு நினைச்சேன்.

காந்: நான் இல்லை சார், என் அண்ணன் ஒருத்தன் இருக்கான், அவன்.

ராவ்: இங்கே இருக்கானா? *(பாதி எழுந்திருக்கிறார்.)*

காந்: இல்லை, டூர் போயிருக்கிறான், வர நாலு நாள் ஆகும்.

ராவ்: *(உட்காருகிறார்)* அவன் குடிப்பானா?

காந்: ஆமா *(விரக்தியுடன்)* சார். கொஞ்சம் இருங்க, *(உள்ளே செல்கிறாள்.)*

ராவ்: எனக்கு வேண்டியது காப்பி; தீர்த்தமில்லை.

காந்: ஓகே. காப்பிதான்.

ராவ் தன் கோட்டுப் பைகளில் ஒவ்வொன்றாகக் கை விட்டுத் தேடுகிறார். பேண்ட் பை, சட்டைப் பை எல்லாம் தேடுகிறார். கடைசியாக இடது ஹிப் பாக்கெட்டில் அவர் தேடியது அகப்படுகிறது. ஒரு சீப்பு. அதை எடுத்து 'என்னடி ராக்கம்மா' பாடிக்கொண்டு தலை வாரிக்கொள்கிறார். ஒரே ஒரு நரை மயிரைப் பிடுங்குகிறார். டிரஸ்ஸிங் டேபிளுக்கு முன் சென்று கொஞ்சம் ஸ்டைல் பண்ணிக்கொள்கிறார். வந்து உட்காருகிறார். இடது புறம் மேஜைமேல் இருக்கும் புத்தகங்களை ஆராய்கிறார். தலைப்பைப் படிக்கிறார். 'இளமை ரகசியம்; இருபத்தைந்து வித ஆப்டோன் படங்கள் அடங்கியது.' ராவ் தன் சட்டைப் பையிலிருந்து மூக்குக் கண்ணாடியை எடுத்து அணிந்துகொள்கிறார். அந்தப் புத்தகத்தைப் புரட்டுகிறார். அவர் கண்கள் அகல விரிகின்றன. அவசர அவசரமாகப் புரட்டுகிறார். தூரத்தில் வைத்துப் பார்க்கிறார். கிட்டத்தில் பார்க்கிறார். படிக்கிறார்: 'வாலிப மிடுக்கோடு வாழுங்க ... ஆனந்தமா நீஞ்சற வயசிலே ஓஞ்சு கிடப்பாங்களா? மூச்சுத் திணறினவனுக்கு முகூர்த்தம் போச்சு... உங்களுக்கென்ன? 'தம்' இல்லாமப் போகுமா? என்னடா இது என்னை வெச்சுண்டே எழுதி இருக்கானா?'

காந்: *(உள்ளே காப்பியைக் கலக்கிக்கொண்டே வந்து) இன்ஸ்டண்ட் காப்பி ஒரு நிமிஷத்திலே தயார் ஆய்டுச்சு.*

ராவ் புஸ்தகத்தைக் கீழே போட்டு விடுகிறார்.

காந்: *எப்படி இருக்கு பாருங்க.*

ராவ்: *(சப்பிப் பார்த்து) பேஷ். (அவர் முகம் மாறுகிறது. மூக்கடைத்து) பால்தான் கொஞ்சம் மத்தியானப் பால் போல இருக்கு.*

காந்தாமணி ஹேட்டை எடுத்துவிட்டு அவர் பக்கத்தில் வந்து உட்காரு கிறாள். ராவ் ஒதுங்கி உட்காருகிறார். காந்தா இன்னும் அருகே வர, அவர் எழுந்திருக்கிறார். காப்பி அவர் உடையில் சிந்தி விடுகிறது.

காந்: *ஸாரி சார். ஸாரி சார். உங்க சூட்டெல்லாம் பாழாய்ப் போச்சு.*

ராவ்: *பரவாயில்லை. என் கல்யாணத்துக்குத் தெச்ச சூட்டு இது. (கோட்டைத் திறந்து சட்டையைப் பார்க் கிறார்.) ஷர்ட்டுதான் கறை பட்டுடுத்து. உடனே அலம்பினாப் போய்டும். (கோட்டை முழுவதும் கழற்றி டையைக் கழற்றி ஷர்ட்டைக் கழற்றுகிறார்.)*

காந்: *(அந்த ஷர்ட்டை வாங்கிக்கொண்டு அவர் மார்பில் துடைத்து விடுகிறாள்)* ஸாரி சார்.

ராவ்: தொடாதே, கிச்சுக் கிச்சுங்கறது.

(அவள் சட்டையை எடுத்துச் செல்ல)

ராவ்: காந்தாமணி.

காந்: *(சென்றுகொண்டே)* என்ன?

ராவ்: என்னது, என்னை எல்லாம் தொடறே நீ. என்னைத் தொடறே. என் பக்கத்திலே தைரியமா உக்கார்றே. *(கீழே காட்டி)* இந்த மாதிரி புஸ்தகங்கள் எல்லாம் படிக்கிறே? *(மறுபடி பிரிக்கிறார்.)* நீ கூட இன்ஸ்டண்ட் காஃபியா? *(புஸ்தகத்தில் ஆழ்கிறார்.)*

காந்: *(நனைந்த சட்டையுடன் வந்து)* ஏன் சார்? இதில் என்ன தப்பு? *(அதைக் கொடியில் உலர்த்தி க்ளிப் போடுகிறாள்.)*

ராவ்: என்ன சொன்னே?

காந்: இதிலே என்ன தப்புன்னேன்?

ராவ்: யாராவது பார்த்தாங்கன்னா என்ன நினைச்சுப் பாங்க? *(புஸ்தகத்தைக் கீழே வைக்கிறார்.)*

காந்: *(சுற்றிலும் பார்த்து)* யார் பார்த்துக்கிட்டிருக்காங்க? அதோ அவங்கதான். *(குரங்குகளின் படத்தைக் காட்டுகிறாள்.)* அதுலேயும் ரெண்டு பேரு.

ராவ்: *(திடுக்கிட்டுத் திரும்புகிறார்)* ஓ. படமா.

காந்: அதான் சார் என் மனசாட்சி.

ராவ்: அந்தப் படத்தைத் திருப்பி மாட்டு. என் பெண்டாட்டி ஞாபகம் வரது.

காந்: என்ன சார், அப்படிச் சொல்லிட்டீங்க?

ராவ்: அவ போயிட்டா மகராசி.

காந்: I am so sorry sir. *(அருகில் வருகிறாள்.)*

ராவ்: நீ ஏன் சாரி? நானே சாரி இல்லை. இருந்தாலும் நீ ரொம்ப கிட்டே வர்ரே. என்ன செண்ட் போட்டிருக்கே? பினைல் வாசனை வரது.

காந்:	சார்... *(கொஞ்சலாக)*
ராவ்:	என்ன?
காந்:	நீங்க என் அப்பா மாதிரி.
ராவ்:	என்னது?
காந்:	இல்லை, ஒரு பெரிய அண்ணன் மாதிரி. வித்தியாசமா நினைச்சுக்காதீங்க. நான் ஒண்ணு கேட்கட்டுமா உங்களை.
ராவ்:	கேளு.
காந்:	உங்களுக்கு வயசு என்ன?
ராவ்:	இவ்வளவுதானா? நீதான் சொல்லேன்.
காந்:	*(யோசித்து)* நாப்பது இருக்குமா?
ராவ்:	நீ கணக்கிலே வீக்கா? எனக்கு இந்த மாசிக்கு அம்பத்து ஐஞ்சாகிறது.
காந்:	பாத்தா அப்படித் தெரியவே இல்லையே சார்.
ராவ்:	கரெக்ட். அம்பத்து நாலுதான் தெரியும்.
காந்:	சார், உங்க மனைவி இறந்துபோய் எத்தனை நாளாச்சு?
ராவ்:	மூணு வருஷம், எட்டு மாசம், ஒன்பது நாள்.
காந்:	நீங்க ஏன் சார், மறு கல்யாணம் பண்ணிக்கக் கூடாது?
ராவ்:	சரிதான், மாடிப்படி ஏறினாலே மூச்சு வாங்கறது. மறு கல்யாணமா?
காந்:	புரியலை சார்.
ராவ்:	இந்த மாதிரி புஸ்தகம் எல்லாம் படிச்சுமா புரியலை?
காந்:	இதெல்லாம் என் அண்ணன் படிக்கறது சார். நான் படிக்கிறதில்லை.
ராவ்:	காந்தாமணி. இப்ப என்ன மணி?

காந்தாமணி சுவரில் கடிகாரத்தைப் பார்த்துச் சொல்கிறாள்.

முதல் நாடகம் / 15

ராவ்: நான் போகணும், நேரமாச்சு.

காந்: (கொஞ்சலாக) இருங்க சார். கால்ல ரெக்கை கட்டிட்டுப் பறக்கறீங்க. வீட்டுலே யாராவது காத்துக்கிட்டிருக்காங்களா?

ராவ்: டாக்ஸிதான் வெளியே காத்துக்கிட்டு இருக்கு. இத்தனை நாழிக்கு மீட்டர் ஒரு ரவுண்டு முடிச்சிட்டு மறுபடி ஜீரோல ஆரம்பிச்சிருக்கும்.

காந்: என்னிக்கோ ஒரு நாள் எங்க வீட்டுக்கு வந்திருக்கீங்க, வீட்டுலே உறவுக்காரங்க யாருமே இல்லையா?

ராவ்: இருக்கானே ஒருத்தன் என் புத்திரன், மகன்... நான் கிழிச்ச கோட்டை...திருப்பித் தைக்கவே மாட்டான்.

காந்: அவர் என்ன பண்ணிட்டிருக்காரு?

ராவ்: நான் சம்பாதிக்கிற காசை எல்லாம் மூணு சீட்டிலே விட்டுட்டிருக்கான்.

காந்: எங்க அண்ணா ரம்மிலே விட்டுட்டிருக்கான்.

ராவ்: அவனும் இப்படித்தானா? சரிதான்.

காந்: அதை ஏன் கேக்கறீங்க. முரடன். குடிகாரன். உங்க பையன் வீட்டிலேயே சீட்டாடுவாரா?

ராவ்: இல்லை, கிளப்புலே ஆடுவான்.

காந்: எங்க அண்ணன் வீட்டிலேயே ஆடுவான். தன் சகாக்கள் எல்லாரையும் கூட்டிவெச்சுட்டு ராப்பூரா விளையாடுவாங்க. ராத்திரி ஒரு மணிக்கு என்னை எழுப்பி, 'எல்லாருக்கும் முட்டையை உடைச்சு ஆம்லெட் போட்டுக்குடு'ம்பான்.

ராவ்: தலைலேயே உடைக்கறதுதானே? சொந்த அண்ணனா இப்படிச் செய்யறான்?

காந்: இல்லை சார், ஒண்ணுவிட்ட அண்ணன். பெரியப்பா மகன். கம்பளிப் பூச்சி மாதிரி ஒட்டிக்கிட்டிருக்கான்.

ராவ்: வேலையிலே இருக்கானா?

காந்: நல்ல வேலைலதான் இருக்கான்.

ராவ்: அதானே, டெலிபோன் எல்லாம் கொடுத்திருக்காங்களே.

காந்: ஆனா, செலவாளி. சம்பாதிக்கிற பணம் பூரா இப்படியே செலவு பண்ணிட்டு இருபதாம் தேதி என்கிட்ட கடன் கேட்பான். கொடுக்கலைன்னா... கையில் கண்டதை எடுத்து அடிச்சுடுவான். எனக்கு சிலசமயம் எங்கேயாவது ஓடிப்போய்டலாம்னு தோணும்.

ராவ்: சரியான கிராதகப் பயலா இருப்பான்போல இருக்கு. வயசுப் பெண்ணை அடிக்கிறதாவது.

காந்: அஞ்சு நாளைக்கு டூர் போயிருக்கான். கொஞ்சம் நிம்மதியா இருக்கேன். *(இளமை ரகசியம் புத்தகத்தை எடுத்து)* புஸ்தகம் படிக்கிறான் பாருங்க...

ராவ்: அதானே, ரொம்ப மோசம். *(புரட்டுகிறார்)*

காந்: உலகத்திலே என் அண்ணன் மாதிரி கெட்டவங்களும் இருக்காங்க, உங்களை மாதிரி நல்லவங்களும் இருக்காங்க.

ராவ்: ஐஸ் வைக்காதே, ஜலதோஷம் புடிச்சுக்கும். ஆமா நீ தனியாப் போய்டறதுதானே.

காந்: ரொம்பத் தடவை அப்படித்தான் யோசிச்சேன் சார். ஆனா தைரியம் வரலை. நான் ஒரு காலத்திலே தனியா இருந்து ரொம்ப suffer பண்ணி இருக்கேன். அதைப் புஸ்தகமாகவே எழுதலாம். ஆப்பிளைங்களைக் கண்டா எனக்கு வெறுத்துப் போச்சு. என்னை ஜனங்க ஏமாத்திருக்காங்க சார். என் அண்ணன் மாதிரி ஒரு முரட்டுப் பயலோட பாதுகாப்பு சிலவேளையிலே தேவையா இருக்கு. பஸ்ஸில் வரபோது போறபோது எவ்வளவு சங்கடங்கள் தெரியுமா? முறைப்பாங்க, தொடுவாங்க, 'என்னம்மா தனியாப் போறியா? நாங்க ரெண்டுபேர் இருக்கோம். வரலாமா?'ம்பாங்க. *(அவள் கீழே இருந்து காப்பிக் கோப்பையை எடுக்கும்போது அவள் புடைவை மார்பிலிருந்து நழுவுகிறது.)*

ராவ்: இந்த மாதிரி டிரஸ்லே அலட்சியமா இருந்தா பஸ்லே முறைக்கத்தான் முறைப்பாங்க. சட்டை காஞ்சுடுத்தா பாரு, நான் போகணும்.

காந்: *(போய் தொட்டுப் பார்த்து)* பாதி காஞ்சிருக்கு.

ராவ்: பாக்கி பாதி வீட்டிலே காயட்டும். எடுத்துட்டு வா. நான் கிளம்பணும். *(சாக்ஸை எடுத்து மாட்டிக் கொள்ளத் தொடங்குகிறார்)* பரவாயில்லே கொஞ்சம் ஜில்லுன்னு கிளம்பறேன்.

காந்: ஒரு நிமிஷம் இருங்க சார். நானும் டிரஸ் மாத்திக் கிட்டு உங்களோடேயே வந்துடறேன்.

ராவ்: என்னோடயா வரே? என் வீட்டுக்கா? என் பையன் உன்னைப் பார்த்தான்னா மறுபடியும் டிரஸ் மாத்தி விட்டுடுவான்.

காந்: உங்களோட பஸ் ஸ்டாண்டு வரைக்கும் வர லாம்னு...

ராவ்: சரி சரி. மேலே ஒட்டடை படியறதுக்குள்ளே வா.

காந்: *(முதுகைக் காட்டி)* சார், இந்த பட்டனைக் கொஞ்சம் அவுத்து விடறீங்களா.

ராவ்: என்னது!

காந்: எனக்கு எட்டாது சார், ப்ளீஸ்...

ராவ் கண்ணாடியைப் போட்டுக்கொண்டு அவள் முதுகுப் புறத்தின் மேல் பட்டனை மட்டும் அவிழ்க்கிறார். பின்னணியில் கதவு தட்டும் சப்தம் கேட்கிறது. ‘காந்தா, காந்தா’ என்று உடன் கூப்பிடும் சப்தம் கேட்கிறது.

ராவ்: *(திரும்பி)* இது யாரு?

காந்: ராஜு.

ராவ்: ராஜு யாரு?

காந்: என் அண்ணன்.

ராவ்: உன் அண்ணனா? அவன்தான் வெளியூர் போயிருக் கிறதாச் சொன்னியே.

காந்: தெரியலை சார். பாதிலே வந்துட்டானா?

வெளியிலிருந்து, ‘ஞானக்கண் ஒன்று இருந்திடும் போதினிலே... காந்தா என் செல்லமே’ என்று பாட்டுக் குரல் கேட்கிறது.

ராவ்: *பழைய பாட்டாப் பாடறானே.*

காந்: *ஐயையோ. ‘ஞானக்கண்’ பாடறான் சார். சரியாக் குடிச்சிருக்கான்னு அர்த்தம்.*

ராவ்: *என்னடா எழவாப் போச்சு. அந்தப் பக்கம் ஏதாவது வழி இருக்கா? (இடது பக்கம் காட்டுகிறார். கிளம்புகிறார்).*

காந்: *இல்லை சார்.*

ராவ்: *இப்ப என்ன பண்ணனுங்கிறே?*

காந்: *சார், அவன் குடிச்சுட்டு வந்திருக்கான். உங்களைப் பார்த்தான்னா ஏதாவது ஒண்ணு கிடக்க ஒண்ணு பேசுவான். ஆனா குடியிலே இருக்கிறதினாலே நேரே பெட்ரூம்லே போய்ப் படுத்துடுவான். ஒண்ணு செய்யுங்க, அந்தப் பக்கம் போய் அந்த ரூம்ல பீரோவுக்குப் பின்னாலே கொஞ்ச நாழி மறைஞ்சிருங்க. நான் சமாளிச்சுடறேன்.*

ராவ்: *சரிதான், நான் ஏன் ஒளிஞ்சுக்கணும்? நான் என்ன தப்பு செஞ்சேன்? (வெளியிலிருந்து ‘ஏய் மூதேவி, காதிலே சிமெண்டா அடைச்சிருக்கு. கதவை உடைக்கட்டுமா?’ என்று குரல்.) சரிதான், நான் போய் மறைஞ்சுக்கறேன்.*

காந்: *(கையை உதறிக்கொண்டு) நல்லவேளை கதவைச் சாத்தி இருந்தேன். (சத்தமாக) அண்ணா, இரு வரேன்.*

மேடை சற்று நேரம் காலியாக இருக்கிறது. ராவ் நடுக்கதவு வழியாக ஒரு தடவை எட்டிப் பார்த்துவிட்டு மறைகிறார். கீழே பூட்ஸ், சோஃபா வில் ஹேட், கொடியில் ஷர்ட் எல்லாம் அப்படியே இருக்கின்றன.

ராஜு: *யார்ரா இவன்? எங்கே இருக்கே? தூணிலயா? துரும்பிலயா? இதோ வரேண்டா ரிவால்வர் ராஜு. (சோஃபாவுக்கு அடியில் படுத்துக்கொண்டு தேடுகிறான். பெட்ரூமில் நுழைந்துவிட்டு வருகிறான். நடு அறைக் கதவைத் தள்ளுகிறான். அவனுடனேயே கையை உதறிக்கொண்டு செல்லும் காந்தா...)*

காந்: *அண்ணா அங்கே ஒருத்தரும் இல்லை...*

காந்தாமணி நகத்தைக் கடிக்கிறாள். தன் புடைவையைப் பந்தாகச் சுருட்டிக்கொண்டு அதைக் கடிக்கிறாள். ராஜூ அந்த அறையில் நுழைந்து கதவைச் சாத்திக்கொள்கிறான். காந்தா தட்டுகிறாள்.

(இனி அந்த அறையில் நிகழும் குரல்களாகச் சற்று நேரம் நாடகம் செல்கிறது.)

ராஜூ குரல்: *இங்கே இருக்கியா? (கதவு அடைப்படுகிறது)*

ராவ் குரல்: *ஓ ஹலோ. என் பேர் சீதாராம் ராவ். குட் ஈவினிங்.*

ராஜூ: *என் பேர் இரண்யகசிபு.*

ராவ்: *மிஸ்டர் இரண்யகசிபு,* I can explain everything.

ராஜூ: *இது என்ன தெரியுமா?*

ராவ்: *துப்பாக்கி. கீழே போட்டுடுங்க. வேண்டாம் தேவையே இல்லை.*

ராஜூ: *இது எதுக்குத் தெரியுமா? முட்டியைப் பேக்கற துக்கு. டேய் சோமாறி, எத்தனை பேர் இந்த மாதிரி கிளம்பியிருக்கீங்க?*

ராவ்: *நான் ஒருத்தன்தான் இங்கே இருக்கேன்.*

ராஜூ: *ஒரு பெண் தனியா இருக்கான்னா அவளுக்கு காசைக் காட்டி, ஆசை காட்டி என் வீட்டிலேயே, என் ரூம்லேயே, என் சோஃபாவிலேயே...*

காந்: *அண்ணா, அண்ணா (கதவைத் தட்டுகிறாள்.)*

ராவ்: *நீங்க என்ன சொல்றீங்க? என்னைத் தப்பா நினைக்க றீங்க. என் பனியனை விட்டுட்டிங்கன்னா, நான் விவரமா எல்லாம் சொல்றேன்.*

ராஜூ: *இன்னும் விவரமா வேறு சொல்லணுமா?*

ராவ்: *இதப் பாருங்க, நான் உங்க சிஸ்டரை ஒண்ணும் பண்ணலை. வீட்டிலே கொண்டுவிட வந்தேன். காப்பி சாப்பிட்டேன். அவ்வளவுதான் நடந்தது.*

ராஜூ: *ஒரு கால்ல ஸாக்ஸ் போட்டுண்டு, பனியனை மட்டும் போட்டுண்டு காப்பி சாப்பிட்டாயா? யார்ட்ட உளர்றே?*

ராவ்:	சத்தியமா நான் காப்பி மட்டும்தான் சாப்பிட்டேன். அந்தப் பொண்ணு கொஞ்சம் அசக்கிப்பிட்டா, இல்லை, காப்பி சாப்பிடறபோது காப்பி வந்து காந்தாமணி துப்பாக்கி ... சாப்பிடறபோது... து...து...
ராஜு:	அவளைக் கட்டிப்புடிச்சுண்டே காப்பி சாப்பிட்டியா?
ராவ்:	சேச்சே, துப்பாக்கியைத் துப்பாக்கியை ஆட்டா தீங்க. ரொம்ப ஆட்றீங்க. அது எங்கயாவது சுட்டு வைக்கப் போறது.
ராஜு:	சுடத்தான் போறேன்.
ராவ்:	என்ன இது, விளையாடறீங்களா? கிட்ட... கிட்ட... வராதீங்க. வேண்டாம், வேண்டாம், கையை முறுக்காதீங்க.
ராஜு:	டேய்...
ராவ்:	மிஸ்டர், கொஞ்சம் நிதானமா அதைப் பத்திப் பேசலாம். இங்கு இடம் போறாது.
ராஜு:	அப்படியா சேதி? நி...தானமா....நிதானமா...
ராவ்:	போச்சு, போச்சு, என் கை போச்சு.
ராஜு:	நான் சுடமாட்டேன்னு... ஏய் விடுடா கையை விடு... சுட்டுடுவேன், விட்டுடு.
ராவ்:	ஜாக்கிரதை... ஜாக்கிரதை ஒண்ணு கிடக்க ஒண்ணு ஆகி.

(இரண்டு பேருக்கும் இடையே போராட்டம் நடக்கிற சப்தம். பாத்திரங்கள் உருளுகிற சப்தம். காந்தா கதவை இடிக்கிறாள்., கண்ணாடி உடையும் சப்தம். இடையில் அவர்களின் குழப்பமான பேச்சும் கேட்கிறது. காந்தா தவிக்கிறாள். கடைசியில் டுமில் என்ற துப்பாக்கி வேட்டு அதிரும் சப்தம். அப்புறம் மௌனம். காந்தா பிரமித்து நிற்கிறாள்.)

காந்:	அய்யய்யோ. அண்ணா, குடிவெறியிலே சுட்டுட்டியா? அவர் ஒண்ணும் செய்யலையே. அண்ணா, என்ன காரியம் செஞ்சுட்டே, பாவி, கொலைகாரா, பாதகா, இப்ப என்ன செய்யறது? (டெலிபோன்

நோக்கி ஓடுகிறாள். தீர்மானிக்காமல் நிற்கிறாள்... மறுபடி கதவின் அருகே செல்கிறாள்.) அண்ணா கதவைத் திற.

(கதவு திறக்கிறது. ராவ் பனியன் கிழிந்து, தலை கலைந்து, கண்ணாடி ஒரு பக்கம் உடைந்து, தலையில் மல்லிகைப்பூ சிதறி இருக்க, ஒரு கையில் ஒரு மத்து, மற்றொரு கையில் துப்பாக்கியுடன் வெளியே வருகிறார். மிஷின் போல நடக்கிறார்...)

காந்: நீங்களா, என்ன ஆச்சு சார்?

ராவ்: ஆச்சு, முடிச்சாச்சு, சுட்டாச்சு.

காந்: என்ன! *(உள்ளே ஓடுகிறாள். 'அண்ணா' என்று அலறுகிறாள். அறையைத் திரும்பத் திரும்பப் பார்த்துக்கொண்டே வெளியே வருகிறாள்).* செத்துப் போயிட்டான் சார், *(நெற்றி சுருங்க வாயைப் பொத்திக்கொள்கிறாள்.)*

ராவ்: *(மெதுவாக சோபாவில் வந்து உட்கார்ந்துகொள் கிறார்)* சுட்டே விட்டேன், எனக்குத் தெரியாம, என்னை அறியாம...

காந்: ஏன் சார், ஏன் சார், இப்படிப் பண்ணிட்டீங்க.

ராவ்: எனக்குத் தண்ணி குடு. மூச்சு வாங்கறது. சே. இது என்ன மத்து, இது எப்படி என் கைக்கு வந்தது? *(தூக்கி எறிகிறார்.)*

காந்: அய்யோ... இப்ப என்ன நடக்கப் போறது.

ராவ்: *(உரக்க)* எனக்குத் தண்ணி தரியா, இல்ல உன்னை யும் சேர்த்துச் சுட்டுறட்டுமா. *(துப்பாக்கியைக் காட்டுகிறார்.)*

காந்: இருங்க சார், சுடாதீங்க.

(அவள் பயந்து ஓடி ஒரு தம்ளரில் தண்ணீர் கொண்டுவருகிறாள். கொடுக்கும்போது கை நடுங்குகிறது. அதை வாங்கின அவர் கையும் நடுங்குகிறது. மடக்கென்று குடிக்கிறார். கண்களில் உள்ளங்கைகளை வைத்து அழுத்திக் கொள்கிறார். காந்தாமணி வாயை புடைவையால் பொத்திக்கொண்டு அவரையே பார்த்துக் கொண்டிருக்கிறாள்).

ராவ்: என்ன பண்ணுவேன். கிட்டக் கிட்ட வந்தான். துப்பாக்கியை நீட்டறான்! சரியான குடி. ஸ்பிரிட்

வாசனை அடிக்கிறது. அவன் கையை லபக்குனு புடிச்சேன். உடும்புப் புடியா புடிச்சுண்டே இருந் தேன். அவன் என்னைத் தள்ளிட்டான். அவன் என்மேல, நான் அவன்மேலன்னு புரண்டோம். திடீர்னு சத்தம் கேட்டுது. துப்பாக்கி வெடிச்சுடுத்து. நான்தான் செத்துப் போய்ட்டேன்னு நினைச்சேன். எழுந்து பார்த்தா அவன் செத்துக் கிடக்கான்!

பரமேஸ்வரா! ஜெகதீசா! எனக்கு என்ன இப்படி ஒரு சோதனை! என் தலையிலே ஜெயிலுக்குப் போய் ஆடு புலி ஆடணும்னு எழுதி இருக்கியா! ப்ரபோ! *(சுலோகங்கள் சொல்கிறார்.)*

காந்: சார், இப்ப என்ன பண்றது?

ராவ்: எல்லாத்துக்கும் நீதான் காரணம்! பேசாம ரோடில போறவனை, வா காப்பி சாப்பிடுன்னு உபசாரம் பண்ணி என் சட்டை மேலே காப்பி சிந்தி... நான் பாட்டுக்கு வீட்டுக்குப் போய் இத்தனை நேரம் செடிகளுக்குத் தண்ணி ஊத்திண்டு இருப்பேன். வந்தேன் பாரு! என் புத்திய செருப்பால அடிக் கணும். என் பொண்டாட்டி சொல்லுவா, இருபது இருபத்திரண்டு வயசுப் பொண்ணுங்கன்னா உங்களுக்கு எப்போதும் சபலம்னு. நீதான் காரணம்!

காந்: சார்! அகஸ்மாத்தா நடந்ததுக்கெல்லாம் என் மேலே தப்பா சார்? உங்களை மதிச்சு உங்களுக்குக் காப்பி குடுக்க நினைச்சது தப்பா! அப்ப நான்தான் கொன்னேன்னு சொல்லிடறேன். என் மேலே பழியைப் போட்டுடுங்க! *(விசும்புகிறாள். மூக்கைச் சிந்துகிறாள்.)*

ராவ்: சேச்சே! என் விதி, இப்படி நடந்து போச்சு. நீ ஏன் பழியை வாங்கிக்கணும்?

காந்: எனக்கு இவன் போனதிலே வருத்தம் ஜாஸ்தி இல்லை சார், பயம்தான் ஜாஸ்தியா இருக்கு. இப்ப என்ன பண்றது?

ராவ்: என்ன பண்றது? போலீசுக்கு போன் பண்றது.

காந்: அவங்க வந்து என்ன செய்வாங்க?

ராவ்: மெடல் கொடுப்பாங்கன்னு நினைச்சியா! அரஸ்ட் பண்ணுவாங்க! எரிச்சலா வருது! *(டெலிபோனை நோக்கி நடக்கிறார்.)*

காந்: இருங்க சார், எப்படியும் நாம இரண்டு பேரும் இதில் சம்பந்தப்பட்டிருக்கோம். எனக்கு இந்தப் பாவி போனதிலே வருத்தமே இல்லை. நடந்ததுக்கு நான் ஒருத்திதானே சாட்சி? எதுக்காக போலீசுக்குச் சொல் லணும்? பேசாம நாம ரெண்டு பேரும் பளிச்சுனு புறப்பட்டு வேற ஊருக்குப் போயிடலாமே!

ராவ்: சரிதான். அண்ணன்காரன் வீட்டிலே செத்துக் கிடக் கான். மேனேஜர், தங்கை ரெண்டு பேரையும் திடீர்னு காணோம். போலீஸ்காரங்ககூட கண்டு பிடிச்சுடுவாங்க. ரெண்டு பேர் போட்டோவையும் போட்டு இந்தியாவிலே பதினாலு பாஷைகள்ளே யும் போட்டுடுவாங்க பக்கத்திலே பக்கத்திலே.

காந்: அப்ப வேற தேசத்துக்குப் போயிடலாம்.

ராவ்: கேனத்தனமாப் பேசாதே, வெளி தேசத்துக்குப் போறதுக்கு பாஸ்போர்ட், விசா எல்லாம் வேணும். நேரா போன் பண்ணி விஷயத்தைச் சொல்லிடறது தான் நல்லது. நான் என்ன தப்பு செஞ்சேன்? என்னைப் பாதுகாத்துண்டேன். என்ன ஆச்சு? ரூம்லே வந்து துப்பாக்கியைக் காட்டி பயங்காட்டினான். குடிச்சிருந்தான். தப்பா கற்பனை பண்ணிட்டு என்ன எல்லாமோ பேசினான். நான் என் தற்காப்புக்காக அவன்கிட்ட இருந்து துப்பாக்கியைப் பிடுங்கப் பார்த்தேன். அப்ப வெடிச்சுடுத்து. இதுதான் நல்லது. அப்புறம் என் வக்கீல் ஒருத்தன் இருக்கான். அவன் கிட்டக் கொடுத்தா கேஸைப் பிச்சு உதறிடுவான். நான் என்ன கொலையா செஞ்சேன்?

காந்: நீங்க சொல்றது சரிதான் சார்!

ராவ்: போலீஸ் வந்ததும் அவங்ககிட்ட நடந்ததை கரெட்டாச் சொல்லு. அதுதான் நீ எனக்குச் செய்யக்கூடிய பெரிய உபகாரம்! *(டைரக்டரியின் முதல் பக்கத்தைப் பார்த்து டெலிபோன் செய்கிறார். ஹலோ...)* போலீஸ்! *(அதைப் பொத்திக்கொண்டு)* இந்த வீட்டு அட்ரஸ் என்ன?

காந்: நம்பர் எட்டு, கிராமணித் தெரு எக்ஸ்டென்ஷன் மேற்கு...

ராவ்: *(டெலிபோனில்)* ஹலோ போலீஸ்! என் பேர் சீதாராம் ராவ். நான் நம்பர் எட்டு, கிராமணித் தெரு எக்ஸ்டென்ஷன் மேற்கிலிருந்து பேசறேன். இந்த வீட்டிலே ஒரு சின்ன விபத்து நேர்ந்து போச்சு. ஒரு கை கலப்பிலே ஒரு ஆள் செத்துப் போயிட்டாரு. நீங்க உடனே வந்தீங்கன்னா... ஓ எஸ், மறுபடி சொல்றேன்... எழுதிக்குங்க. நம்பர் மேற்கு, கிராமணித்தெரு எட்டு எக்ஸ்டன்ஷன்.

காந்: இல்லை, இல்லை சார், நம்பர் எட்டு... *(தலையில் அடித்துக்கொள்கிறாள்.)*

ராவ்: நம்பர் எட்டு.

காந்: கிராமணித் தெரு எக்ஸ்டென்ஷன் மேற்கு.

ராவ்: கிராமணித் தெரு எக்ஸ்டென்ஷன் மேற்கு. உடனே வரீங்களா? என்னது... ஓ எஸ்! ஒண்ணையும் தொடலை! பாடி அப்படியே கிடக்குது, தொட மாட்டோம் ஒண்ணையும்... நானா? நான் வந்து... நான் வந்து... அந்தச் சண்டையிலே வந்து கலந்து கொண்டவன்... உயிரோட இருக்கேன். வந்தீங்கன்னா விவரமாகச் சொல்றேன்.

(டெலிபோனை வைக்கிறார். மெதுவாக வந்து உட்காருகிறார்.) ஸ்... அப்பாடா! இன்னிக்கு காலையிலே யார் முகத்திலே விழிச்சேன்! ஓ எஸ்! எம் பையன்தான் கால்மாட்டிலே நின்னுட்டு, 'அப்பா, காரை எடுத்துட்டுப் போறேன், ஒரு நூறு ரூபா வேணும்'னான். அப்புறம் காந்தாமணி, தயவு செஞ்சு டபிள் டூ டபுள் ஸிக்ஸ் நைனுக்கு போன் பண்ணி என் லாயர் இருக்கான் கணேஷ்னு, அவனைக் கொஞ்சம் கூப்பிடுறியா?

காந்: *(டெலிபோனை சுழற்றுகிறாள்)* டபிள் டூ?

ராவ்: டபிள் ஸிக்ஸ் நைன்.

காந்: ஹலோ! I want Mr. Ganesh please... கொஞ்சம் இருங்க. *(டெலிபோனைப் பொத்தி)* சார், கணேஷ்

இல்லையாம். பொள்ளாச்சிக்குப் போயிருக்கிறாராம்.

ராவ்: அவனுக்குப் பதிலா அவன் அசிஸ்டண்ட் யாராவது இருப்பான். அவனைப் பேசச் சொல்லு.

காந்: ஹலோ, அவர் அசிஸ்டெண்ட் யாராவது இருக்காங்களா? அவரைக் கொஞ்சம் பேசச் சொல்றீங்களா? சார், மிஸ்டர் வஸந்த்... அவர் ஜூனியராம். ஒன் மினிட் மிஸ்டர் வஸந்த். *(டெலிபோனை ராவிடம் கொடுக்கிறாள்.)*

ராவ்: ஹலோ, என் பேர் சீதாராம் ராவ். கணேசன் இல்லியா? சரி, உம் பேர் என்ன சொன்னே, வஸந்தா? நீ வக்கீல்தானே? ஒரு காரியம் பண்ணு. கணேஷுக்கு முதல்லே தந்தி கொடு. இந்த மாதிரி... க்ளையண்ட் சீதாராம் ராவ் எக்கச்சக்கத்திலே இருக்கார். உடனே வா. அப்புறம் நீ இருக்கே பாரு. நீ உடனே புறப்பட்டு நம்பர்... அது என்ன அட்ரஸ் காந்தாமணி?

காந்: நம்பர் எட்டு, கிராமணித் தெரு எக்ஸ்டென்ஷன் மேற்கு.

ராவ்: நம்பர் எட்டு, கிராமணித் தெரு மேற்கு எக்ஸ்டென்ஷனுக்கு வந்து சேரு. எனக்கு ஒரு லாயர் ஹெல்ப் தேவையா இருக்கு.... ஒரு ஆள் மண்டையைப் போட்டுட்டான் இங்கே. வந்தா விவரமாச் சொல்றேன்... வரியா?

(வந்து உட்காருகிறார். காந்தாமணி
அவர் அருகே வந்து உட்காருகிறாள்.)

ராவ்: அம்மாதாயே, கொஞ்சம் தள்ளியே உக்காரு! உனக்கு இன்னொரு அண்ணன் யாராவது இருக்கப் போறான். பரமேஸ்வரா! *(நெற்றியில் கை அழுத்தி, உட்கார்ந்த வாக்கிலேயே மல்லாந்து அவர் உறங்கத் தொடங்க, மேடை இருள்கிறது)*

(திரை)

(இருள் மறுபடி விலகும்போது அதே மேடை. பத்து நிமிஷம் கழித்து, ராவ் மட்டும் பின்பக்கம் சாய்ந்து சோஃபாவில் ஏரோப்ளேன் சீட்டிங்போல் தூங்கிக்கொண்டிருக்கிறார். அவர் வாய் திறந்திருக்கிறது. கைகளைச் சீராக மார்பில் வைத்திருக்கிறார். ஒரு கான்ஸ்டபிள் நுழைகிறார். அவர் கையில் குச்சி வைத்திருக்கிறார். காதில் பென்சில் செருகி இருக்கிறார். தொப்பிக்குள் பீடி, நோட்டுப் புத்தகம் இருக்கவேண்டும்.)

கான்ஸ்: *(நுழைந்து, சோஃபாவில் சாய்ந்திருக்கும் ராவைப் பார்த்துத் திடுக்கிடுகிறார்)* என்னடாது? பாடி மட்டும் இருக்குது. வேற ஒருத்தரையும் காணோம். *(அருகே வந்து பார்க்கிறார். தன் கைக்குட்டையால் சூடான பாத்திரத்தைத் தொடுவதுபோல் பல்ஸ் பார்க்கிறார்.)* உயிர் இருக்கா? *(இன்னும் அருகே நெருங்க)*

ராவ்: *(திடீரென்று எழுந்து)* யாரு?

கான்ஸ்: *(பின்வாங்கி வாயில் வரை ஓடித் திரும்பிப் பார்க்கிறார்)* நீங்க... நீங்க...

ராவ்: என் பேர் சீதாராம் ராவ்.

கான்ஸ்: இறந்து போனது நீங்க இல்லியா?

ராவ்: உள்ளே. உள்ளே.

கான்ஸ்: சரிதான், நீங்கதான் பாடின்னுட்டு நினைச்சுட்டேன். ஒரு நிமிஷம் எனக்கு அப்படியே வெலவெலத்துப் போச்சு. *(டிரஸ்ஸை சரி செய்துகொள்கிறார்)* நீங்க தான் போன் பண்ணினீங்களா?

ராவ்: ஆமா, உங்ககூட வேற ஒருத்தரும் வரலையா?

கான்ஸ்: வருவாங்க. வருவாங்க. ஸ்க்வாட்லேர்ந்து போன் வந்தது ஸ்டேஷனுக்கு. 'முதல்லே நீ போய் கவனிச்சுக்க, நாங்க பின்னாலேயே வரோம்னு' சொல்லி அனுப்பிச்சாங்க. நான் இந்த ஏரியா ஹெட் கான்ஸ்டபிள்! ஆமா, என்னதான் நடந்துச்சு. இந்த வீட்டிலே சாவு விழலையா?

ராவ்: உள்ளே போய்ப் பாருங்க!

காான்ஸ்: *(அறைக்குள் சென்று எட்டிப் பார்த்துவிட்டு வெளியே வந்து)* போய்ட்டான்! மார்லே அடி பட்டிருக்கு. லேசா உதடெல்லாம் நீலம் வந்திருச்சு.

ராவ்: *(மௌனமாக)* வர்ணிக்காதீங்க...

கான்ஸ்: *(சோபாவில் கிடக்கும் துப்பாக்கியை எடுத்து)* நீங்கதான் சுட்டீங்களா? *(அதைத் திரும்பத் திரும்பப் பார்த்துக் கீழே வைத்துவிட்டு, கர்சீப் மூலம் அதை மறுபடி எடுத்துப் பார்க்கிறார்.)*

கான்ஸ்: *(மத்தை எடுத்து ஆராய்கிறார்)* மத்து... தயிர் கடைஞ்சீங்களா? *(கடைந்து பார்க்கிறார். வைத்து விடுகிறார்.)*

ராவ்: தோட்டா இருக்கு!

கான்ஸ்: *(வைத்து விடுகிறார் துப்பாக்கியை)* எல்லாம் வெச்சது வெச்சபடியே இருக்கட்டும். ஒண்ணையும் தொடாதீங்க. சர்க்கிள் இன்ஸ்பெக்டர் க்ரைம் ப்ராஞ்சிலேருந்து வருவாரு. அவங்க பார்த்துப் பாங்க. சின்னப் பிள்ளை மாதிரி தெரியுது! என்ன வயது இருக்கும்? பத்து இருபத்திரண்டு இருக்குமா?

ராவ்: யாருக்கு?

கான்ஸ்: *(கதவைக் காட்டி)* அவனுக்கு...

ராவ்: எனக்குத் தெரியாது.

கான்ஸ்: அப்படித்தான் 63-ல சைதாப்பேட்டையிலே ஒரு கொலைக் கேசு. சதக்குனு பிச்சுவாவை வெச்சுட்டு ஒரு ஜாண் ஆளம் குத்திட்டான், பொம்பளை விஷயம்.

காந்தாமணி இடதுபக்கத்திலிருந்து தூங்கினவள்போல் நுழைகிறாள்.

கான்ஸ்: அட, இதுகூட பொம்பளை விஷயம்தான் போலிருக்கு!

காந்: வந்துட்டாங்களா சார்?

கான்ஸ்: இன்னும் யாராவது ரூமுக்குள்ளே இருக்காங்களா?

காந்: இல்லை.

கான்ஸ்:	எல்லாம் வெச்சது வெச்சபடியே இருக்கட்டும்! (குச்சியைச் சுழற்றுகிறார்.)
காந்:	தூங்கிட்டீங்களா சார்?
ராவ்:	ஆமாம்! நீ?
காந்:	பேசாம பெட்ரூம்லே போய் உட்காந்துட்டேன். எனக்குக் கையும் ஓடலே, காலும் ஓடலே... பின்னாலே அதை வெச்சுக்கிட்டு நீங்களும் மல்லாந் திட்டீங்க! எனக்கு பயமா இருந்தது... எனக்கு ஒரே தலைவலி.
கான்ஸ்:	இதோ பாருங்கம்மா! நீங்க ரொம்ப ஜாஸ்தி பேசறீங்க. நான் வந்தாச்சு? இனிமே நடக்க வேண்டியதை நாங்க பார்த்துக்கறோம்.
காந்:	என்ன ஆகும்?
கான்ஸ்:	என்ன ஆகும்? இன்ஸ்பெக்டர் வருவாரு. ரிப்போர்ட் எழுதிப்பாங்க. போட்டோ புடிப்பாங்க. (ராவைப் பார்க்கிறார்.)
ராவ்:	அது கொலை இல்லை.
கான்ஸ்:	பின்னே அந்த ஆள் தூங்கறானா?
காந்:	ஐயா, அவன் குடிவெறியிலே வந்தான். துப்பாக்கியை எடுத்துக்கிட்டு இவரைக் கொல்றதுக்கு.
கான்ஸ்:	கொஞ்சம் இருங்க. (தன் கோட்டுக்குள்ளிருந்து நோட்டுப் புத்தகத்தை எடுத்து காதிலிருந்து பென்சிலை எடுத்து அதை எச்சில் தொட்டு... அதே சமயம் ராவ் காந்தாவிடம் பேசாதே என்று சைகை காட்டுகிறார்). இப்ப சொல்லுங்க!
காந்:	அவ்வளவுதான்.
கான்ஸ்:	இப்பத்தானே ஆரம்பிச்சீங்க!
ராவ்:	அவ்வளவுதான்!
கான்ஸ்:	ஓஹோஹோ! அப்படியா? சர்க்கிள் வந்ததும் தானா விஷயம் வரது. இல்லே ஸ்டேஷனுக்குக் கூட்டிட்டுப்போய் நாலு தட்டு தட்டினா கக்கு

முதல் நாடகம் / 29

கக்குன்னு கக்க வேண்டிவரும். (மெதுவாக காந்தா வின் அருகே வந்து அவளைச் சுற்றி வருகிறார்) எந்த ஊர் கிராக்கி நீ? உன்னை ராயப்பேட்டையிலே பாத்தமாதிரி இருக்கே!

காந்: இல்லை, பாத்திருக்க மாட்டீங்க!

ராவ்: Don't talk to him. He is an idiot.

கான்ஸ்: (மெள்ள ராவிடம் செல்கிறார்) பேசறாரு இங்கி லீஷ்லே துரை. எனக்கு இங்கிலீஷ் தெரியாதுன்னு நெனைச்சியா? No talk English man! நீ சொன்னதுக்கு அர்த்தம் தெரியாதுன்னு நெனச்சியா!

ராவ்: நான் வேற எதையோ பத்திச் சொன்னேன். உங்களைப் பத்தி இல்லை.

கான்ஸ்: பத்தி, அகர்பத்தி. இதோ பார். என் கைல என்ன வெச்சிருக்கேன். லத்தி, முழங்கால் சில்லைப் பேத்துடும். ஜாக்கிரதை. கபர்தார். அங்கே போய்த் தனியா நில்லு. எழுந்திரு. அங்கே போய் நில்லு! *(பின்னணியில் சைரன் சப்தம் கேட்கிறது)* அவுங்க வந்துட்டாங்க. இனிமே நடக்கிறதப் பாரு. என்னை இடியாட்டுன்னு சொன்னியே, யாரு இடியாட்டுன்னு தெரியப் போவுது. (ஒரு போலீஸ் இன்ஸ்பெக்டரும் கான்ஸ்டபிளும் நுழைகிறார்கள்).

கான்ஸ் 1 விரைப்பாக சல்யூட் அடிக்க, சர்க்கிள் இன்ஸ்பெக்டர் அதைக் கவனிப்பதில்லை. கான்ஸ் 2 அதற்குப் பதில் சல்யூட் அடிக்கிறான்.

இன்ஸ்: சீதாராம் ராவ் யாரு?

ராவ்: நான்தான். குட்மார்னிங் இன்ஸ்பெக்டர். *(கை குலுக்கப் போகிறார். இன்ஸ்பெக்டர் மறுக்கிறார். கான்ஸ்-2 அவருடன் கை குலுக்குகிறான்.)*

இன்ஸ்: அந்தப் பொண்ணு யாரு?

கான்ஸ் 1: அது ஏதோ கிராக்கி சார்.

காந்: சார், என் பெயர் காந்தாமணி. இறந்துபோனது என்னோட அண்ணன்.

இன்ஸ்: பாடி எங்கே இருக்குது?

கான்ஸ்1: நான் காட்றேன் சார்.

இன்ஸ்: நீ யார்யா?

கான்ஸ் 1: நான் லோக்கல் போலீஸ் ஸ்டேஷன் ஹெட் கான்ஸ் டபிள் கன்னையா நாயுடு சார். கிரைம் ப்ராஞ்சு வரவரைக்கும் என்னை வந்து இங்கே இருக்கச் சொன்னாங்க.

இன்ஸ்: சரி, உன் வேலை முடிஞ்சுபோச்சு, ஒதுங்கு. இரு, எதையாவது தொட்டியா?

காந்: துப்பாக்கியை எடுத்துத் தடவியே பார்த்தார் சார்.

இன்ஸ்: துப்பாக்கியை (அவனைப் பார்க்கிறார்)

கான்ஸ் 1: ஏய், ராயப்பேட்டை!

இன்ஸ்: ஏன்யா, உனக்கு மூளை இருக்கா? எத்தனை தடவை சொல்லி இருக்கு உங்களுக்கு? நாங்க வரவரைக்கும் அதையெல்லாம் தொடக்கூடாதுன்னு! யாரு உங்க எஸ்.ஐ?

கான்ஸ் 1: சார், நான் துணி போட்டுத்தான் தொட்டேன்.

இன்ஸ்: தொட்டே! நீ போ, அங்க போய் ஓரமா நில்லு!

கான்ஸ்டபிள் 1 ராவை முறைத்துக் கொண்டு செல்கிறான்.

இன்ஸ்: மிஸ், பாடியைக் காமிங்க!

ராவ்: (அவருடன் நடந்துகொண்டே) You see inspector, நான் அந்தப் பெண்ணோட காப்பி சாப்பிட வந்தேன். இந்தப் பய குடிகாரன், ஊருக்குப் போறேன்னு திரும்பி வந்திருக்கான்.

இன்ஸ்: நீங்க சொல்லவேண்டியதை எல்லாம் நிதானமா அப்புறம் சொல்லுங்க! மிஸ்! காட்டுங்க. (காந்தா காட்ட, கதவைத் திறந்து வெளியிலிருந்தே பார்க்கிறார். உள்ளே லைட் போட்டுக் கீழே பார்க்கிறார். யோசிக்கிறார். வெளியே வருகிறார்) அந்த ஆள் உங்க அண்ணனா?

காந்: ஆமா, சார்.

ராவ்: ஒண்ணுவிட்ட அண்ணன் சார்.

இன்ஸ்:	நான் உங்களைக் கேக்கறபோது பதில் சொல்லுங்க என்ன?
காந்:	ஆமா சார், ஒண்ணுவிட்ட அண்ணன், பெரியப்பா மகன்.
இன்ஸ்:	த்ரீ நாட் ஒன்! நோட் கொண்டுவந்திருக்கியா? எளுதிக்க. மணி என்ன... நைன்டீன் தர்ட்டி ஸ்தலத்துக்கு வந்தபோது. அது என்ன ரூம், அது கிச்சனா?
காந்:	ஆமா சார்.
இன்ஸ்:	சமையல் அறையில் கவிழ்ந்து உடல் கிடக்கிறது. ஒரு முழங்கால் மடங்கி இருக்கிறது. பேரு என்னம்மா?
காந்:	காந்தாமணி சார்.
இன்ஸ்:	உங்க பேரு இல்லே, பாடி பேரு.
காந்:	ராஜாமணி சார்.
இன்ஸ்:	ராஜாமணி, வயசு (எட்டிப் பார்த்து) இருபத்து ரெண்டு, மார்பில் ரத்தம் உறைந்திருக்கிறது. இந்த டெலிபோன் வேலை செய்யுதா? இங்கே வாய்யா லோகல்.
கான்ஸ் 1:	எஸ் சார்.

(கான்ஸ்டபிள் 2 இந்த நாடகத்தில் ஒரு வாக்கியம்தான் கடைசியில் பேசுகிறான். அப்படியே மரம்போல் நின்று, மரம் மாதிரி நடக்கவேண்டும். ஒரு விதமான deadpan expression உடன்.)

இன்ஸ்:	ஆஸ்பத்திரி நம்பர் தெரியுமா உனக்கு!
கான்ஸ் 1:	தெ...தெ... தெரியும் சார்.
இன்ஸ்:	போன் பண்ணி ஒரு ஆம்புலன்ஸ் அனுப்பச் சொல்லு. பிரேதத்தை ஆடாப்ஸிக்கு அனுப்பணும். நீ வாய்யா. இஞ்ச் டேப் இருக்குதா?

(கான்ஸ்டபிள் 2 பைக்குள்ளிருந்து டேப் எடுத்துக் கொடுக்கிறான்.)

| இன்ஸ்: | அள... |

(கான்ஸ்டபிள் 2 அறை வாசல் அகலத்தை அளக்கிறான்.)

இன்ஸ்: *சாக்பீஸ்.*

(கான்ஸ்டபிள் 2 எடுத்துத் தருகிறான்.)

இன்ஸ்: *கொண்டு வந்திருக்கியா? கீழே டப்பா கிடக்குது பாரு! சுத்தி மார்க் பண்ணிடு.*

(கான்ஸ்டபிள் 2 உள்ளே செல்கிறான்.)

கான்ஸ்டபிள் 1 பிரமித்து, டெலிபோன் டைரக்டரியைத் தலைகீழாகப் புரட்டுகிறான். கான்ஸ்டபிள் 2 வெளியே வருகிறான். நேராக டெலிபோனுக்கு நடக்கிறான். ஒரு நம்பரைச் சுழற்றுகிறான். டெலிபோனை கான்ஸ்டபிள் 1 இடம் கொடுக்கிறான்.)

கான்ஸ் 1: *தாங்க்ஸ் அண்ணே! அல்லோ, பெரிய ஆஸ்பத்திரியா! நான் ஹெட் கான்ஸ்டபிள் கன்னையா நாயுடு பேசறேன். ஒரு கொலைக் கேசு! ஆம்புலன்ஸ் வேணும் (எல்லோரும் அவனைக் கவனிக்கிறார்கள்) என்னது எங்கிருந்து பேசறேனா? வாயிலேருந்து... என்னது... அட்ரஸா! கொஞ்சம் இருங்க... தொப்பியிலிருந்து தன் நோட்டை எடுத்து கிராமணித் தெரு, நம்பர் எட்டு, எக்ஸ்டன்ஷன் மேற்கு, சர்கிள் இன்ஸ்பெக்டர் அனுப்பச் சொன்னாரு வர்ரீங்களா? என்னது... இன்னும் ரெண்டு கேசு பாக்கி இருக்குதா... அல்லோ... சீக்கிரம் வாங்க! (முகத்தில் வெற்றியுடன்) சொல்லியாச்சு சார்.*

இன்ஸ்: *நேர்லயே கேட்டிருக்கும்போல் இருக்கே, என்ன இரைச்சல்! சரி, நீ போய் வெளியிலே, வாசல்லே நில்லு. ஆம்புலன்ஸ் வந்தா மேலே அழைச்சுட்டு வா... வேற யாரையும் உள்ளே விடாதே!*

(கான்ஸ்டபிள் 1 விரைப்பாக சல்யூட் அடித்துவிட்டு, தொப்பியிலிருந்து பீடியை எடுத்து வாயில் பொருத்திக் கொண்டு போகிறான்.)

இன்ஸ்: *மிஸ்டர் சீதாராம் ராவ், கொஞ்சம் இப்படி வர்ரீங்களா? அம்மா ஒரு சேர் இருக்குதா?*

(காந்தாமணி ஒரு சேர் கொண்டு வருகிறாள்).

இன்ஸ்: உக்காருங்க.

(ராவ் உட்காருகிறார்.)

இன்ஸ்: சொல்லுங்க, என்ன நடந்ததுன்னு.

ராவ்: எழுதிக்கப் போறீங்களா?

இன்ஸ்: இல்லை, இல்லை, இல்லை, நான் ஒரு First information report தயாரிக்கணும். அதுக்கு முன்னாலே நடந்ததைச் சுருக்கமாகச் சொன்னீங்கன்னா சட்டத்தைப் பொருத்தவரை இந்தச் சம்பவம் உங்களை எப்படிப் பாதிக்கப்போறதுன்னு சொல்லிடறேன். என் கடமை, First hand report தயாரிக்கணும் முதல்லே.

ராவ்: சார்! நான் முன்னாடியே ஒரு விஷயம் சொல்லிடறேன். நடந்தது ஒரு விபத்து. ஆக்ஸிடெண்ட். ஒரு ஆள் இறந்துபோனது என்னவோ வாஸ்தவம்தான். ஆனா சம்பவம் நடந்த உடனே ஒரு நிமிஷம்கூட தாமதம் செய்யாம நான் போலீசுக்கு போன் பண்ணிச் சொல்லி இருக்கேன். அதை நீங்க ஞாபகம் வெச்சுக்கணும்.

இன்ஸ்: அது நீங்க செஞ்ச புத்திசாலித்தனமான காரியம். அதுக்காக உங்களை நான் பாராட்டறேன். (காந்தா மணியைப் பார்த்து) நீங்க ஏம்மா நின்னுக்கிட்டு இருக்கீங்க? உட்காருங்க, போலீசைக் கண்டு பயப்படவே வேண்டியதில்லை. உண்மையைச் சொல்ற வங்க பயப்பட வேண்டியதில்லை.

காந்: உண்மைதான் சார் சொல்லப்போறோம்.

இன்ஸ்: இறந்த ஆளை உங்களுக்கு முதல்லே தெரியுமா?

ராவ்: தெரியாது. இன்னிக்குத்தான் முதல் தடவை பார்க்கிறேன்.

இன்ஸ்: இவங்களை? (காந்தாவைக் காட்டி)

ராவ்: ஆபீஸ்ல பழக்கம் உண்டு.

இன்ஸ்: எந்த ஆபீஸ்?

ராவ்: மக்கின்ஸி கம்பெனியிலே மேனேஜரா இருக்கேன். *(கான்ஸ்டபிள் 2 விரைவாக எழுதிக் கொண்டு இருப் பதைப் பார்த்து)* இவர் எழுதறார்.

இன்ஸ்: பரவாயில்லை. இவன் எப்பப் பார்த்தாலும் ஏதாவது கிறுக்கிக்கிட்டே இருப்பான். மேலும் நீங்க கையெழுத்து போட்டாத்தான் ஸ்டேட்மெண்ட் செல்லுபடியாகும். நீங்க இங்க எதுக்கு வந்தீங்க இன்னிக்கு?

ராவ்: நான் ஆபீசுக்குப் போயிருந்தேனோ.. எப்பவும் என் காரிலேதான் போவேன். இன்னிக்கு என் பையன் காரை எடுத்துக்கிட்டு போயிருந்தான். அதனாலேயே ஆபீஸ்லேருந்து டாக்ஸியிலே திரும்பி வரும்படியா ஆய்டுச்சு. கிளம்பறப்போ இவளும் கிளம்பிட்டி ருந்தா. 'சார், நீங்க எங்கே போறீங்க?'ன்னு கேட்டா. சொன்னேன். 'போற வழியிலேயே என் வீடு இருக்கு. டிராப் பண்ணிடுங்க'ன்னு சொன்னா. சரின்னு அவளையும் டாக்ஸிலே ஏத்திண்டு இங்க கொண்டு வந்து விட்டேன். அப்படியே போகலாம்ணு கிளம் பினேன். 'அதெல்லாம் முடியாது. கட்டாயம் வீட்டுக்குள்ளே வந்து எட்டிப் பார்த்துட்டுப் போகணும்னு' ரொம்ப வற்புறுத்தினா. சரின்னு, ஒரு நிமிஷம் இருக்கலாம்னு மாடிக்கு வந்தேன் சார்... வந்தவனுக்கு இத்தனை நடந்துபோச்சு...

இன்ஸ்: என்ன நடந்தது?

ராவ்: உள்ளே வந்தேனா... உக்காரச் சொன்னா... *(பேசிக் கொண்டிருக்கிறபோதே விளக்குகள் மங்கி இருள் கிறது.)*

(Short gap. கடிகாரம் பத்து நிமிடம் தள்ளி வைக்கப்பட வேண்டும். அதே காட்சி. இன்ஸ்பெக்டர், மற்றவர்கள் வேறு இடங்களில்.)

ராவ்: அதுதான் சார் நடந்தது. Self defence, தற்காப்புக்காக நான் அவன் கையைப் பிடிக்க, தற்செயலா கன் வெடிச்சு...

இன்ஸ்: நீங்க என்ன சொல்றீங்க காந்தா?

காந்:	வரிக்கு வரி உண்மை அதான் சார். ஒண்ணு விடாம ஒளிக்காம சொல்லிட்டாரு. ஏதோ ஒரு விளையாட்டா ஆரம்பிச்சது என் அண்ணனோட குடி வெறியினாலே விபரீதமாப் போச்சு.
இன்ஸ்:	அந்த ஆள் எப்படி?
காந்:	என் அண்ணனானவன் கிட்ட இல்லாத கெட்ட பழக்கமே கிடையாது என்று சொல்லலாம்.
ராவ்:	அங்கே வரான், இங்கே நெடி அடிக்கிறது சார். அப்புறம் அந்தப் பெண்ணை மூதேவின்னெல்லாம் திட்டி அட்டகாசம்...
இன்ஸ்:	ரொம்பக் கெட்ட மனுஷன்போல இருக்கு.
ராவ்:	ரொம்ம்ம்ப.
காந்:	ரொம்ப.
இன்ஸ்:	அவர் இறந்துபோனதிலே உங்களுக்கு ஒரு விதத்திலே சந்தோஷம்தான் இல்லையா?
காந்:	சந்தோஷம்னு இல்லை. ஆனா உண்மையைச் சொன்னா வருத்தமும் இல்லை சார். ஒரு விதமா...
இன்ஸ்:	ஒரு விதமா, அப்பாடா தொலைஞ்சான்னு இருக்கு.
காந்:	அப்படின்னுகூடச் சொல்ல முடியாது. ஏதோ புயல் அடிச்சு ஓஞ்சாப்பல இருக்கு!
இன்ஸ்:	மிஸ்டர் ராவ்! நீங்க ரொம்பக் கெட்டிக்காரர்.
ராவ்:	இல்லை சார். கெட்டிக்காரனா இருந்தா இந்த மாதிரி வெட்டி வம்பிலே மாட்டிப்பேனா?
இன்ஸ்:	ரொம்பத் திறமையா, ரொம்ப நம்பக் கூடியதா, அழகா, வாஸ்தவமா, நடந்ததைச் சொன்னீங்க. ஆனா நீங்க சொன்னது அத்தனையும் பொய்!
இருவரும்:	என்ன? என்னது?
இன்ஸ்:	நல்லா ஒத்திகை பாத்து வெச்சுட்டுதான் வந்திருக்கிங்க, ஒரு டீடெய்ல் விடாம. ஆனா ஒரே ஒரு

முக்கியமான விஷயத்தை மறந்து போயீட்டிங்க. இவ்வளவு துப்புரவாக் கதையை ஜோடிச்சவங்க, அதையும் கவனிச்சிருக்கலாம்.

ராவ்: நீங்க என்ன சொல்றீங்க?

இன்ஸ்: *(மெதுவாக)* மிஸ்டர் ராவ்! இன்னிக்கு சிட்டி பூரா டாக்ஸி ஸ்டிரைக், தெரியாதா உங்களுக்கு?

ராவ்: என்னது! எனக்கு டாக்ஸி அகப்பட்டதே.

காந்: அதானே! நல்லா நினைவு இருக்குதே! டாக்ஸிலேதானே வந்தோம்!

இன்ஸ்: பேப்பர் படிக்கலியா நீங்க... *(மேஜையிலிருந்து செய்தித்தாளை எடுத்து முதல் பக்கத்தைப் புரட்டி)* இதைப் படிங்க.

ராவ்: City taxis off the road today. Protest against petrol price hike. ஆனா இன்ஸ்பெக்டர், நான் டாக்ஸியிலேதான் வந்தேன். நிச்சயம் ஞாபகம் இருக்கு.

இன்ஸ்: நம்பர் தெரியுமா?

காந்: சார். அந்த டாக்ஸிக்கு நீங்க இன்னும் பணம் குடுக்கலை. இல்லை?

ராவ்: *(உற்சாகத்துடன்)* ஆமா மீட்டர் போட்டு இருக்கச் சொல்லி இருக்கேன். சார்! அந்த டாக்ஸி வாசல்லே நிக்குது. அவனுக்கு இன்னும் நான் பணம் கொடுக்கலை.

காந்: நீங்க போய்ப் பாருங்க!

இன்ஸ்: இருங்க, 301, வெளியிலே ஏதாவது டாக்ஸி நிக்குதா பாரு?

(301 புத்தர் போல நடந்து செல்ல)

இன்ஸ்: நீங்க ரொம்ப லக்கி சார். நகரத்திலே இருக்கிற எல்லா டாக்ஸியும் ஸ்டிரைக்கிலே இருக்கிறபோது உங்களுக்கு மட்டும் ஒண்ணே ஒண்ணு கிடைச் சிருக்கு பாருங்க... என்னப்பா?

(301 தலையை ஆட்டுகிறான்.)

முதல் நாடகம் / 37

இன்ஸ்: இல்லையா? நல்லாப் பாத்துட்டியா?

(301 உதட்டைப் பிதுக்கித் தலையை ஆட்டுகிறான்.)

இன்ஸ்: *(ராவிடம்)* இல்லையாம். மிஸ், நீங்க வேணா போய்ப் பாருங்க!

ராவ்: போய்ட்டானா?

இன்ஸ்: இருந்தாத்தானே போறதுக்கு!

ராவ்: நிச்சயம் அதான் சார் உண்மை. நான் டாக்ஸியிலே வந்தேன்... நம்புங்க!

இன்ஸ்: கொஞ்சம் யோசிச்சுச் சொல்லுங்க. ஊரே டாக்ஸி ஸ்டிரைக்கா இருக்கிறபோது ஒரே ஒரு டாக்ஸி உங்களைக் கொண்டுவந்து விட்டுட்டு காசுகூட வாங்கிக்காம போய்ட்டாங்கறீங்க, இதை நம்பச் சொல்றீங்களா?

ராவ்: நான் டாக்ஸிலேதான் சார் வந்தேன்!

இன்ஸ்: மறுபடி மறுபடி அதையே சொல்றீங்களே? நான் இன்னும் ரிப்போர்ட் எழுதிக்க ஆரம்பிக்கலை. எடுத்த எடுப்பிலேயே பொய் சொல்றது உங்களுக்கு நல்லதில்லை.

ராவ்: ஆச்சரியமா இருக்கு சார். என்ன காந்தா! நாம டாக்ஸியிலே வந்தமா இல்லையா?

இன்ஸ்: இவங்களோடு Corroboration-க்கு அவ்வளவு மதிப்பு இருக்காது என்று நினைக்கிறேன். சரி, சரி டாக்ஸிய விட்டுடுங்க... மிஸ் நீங்க இவரை இங்க காப்பி சாப்பிடறதுக்கு கூட்டி வந்தேன்னு சொன்னீங்க இல்லையா?

காந்: ஆம்.

இன்ஸ்: இந்த மாதிரி காபி சாப்பிடறதுக்கு அடிக்கடி வருவாரா?

ராவ்: சார், நான்தான் சொன்னேனே, இதான் முதல் தடவை.

இன்ஸ்: மிஸ் நீங்க சொல்லுங்க.

காந்: இதான் சார் முதல் தடவை.

இன்ஸ்: திடீர்னு என்ன பழக்கம்? நீங்ககூட மக்கன்ஸி கம்பெனிலதான் வேலை பாக்கறீங்க இல்லையா?

காந்: ஆமா சார். ஆனா வேறு செக்ஷன்.

இன்ஸ்: உங்களுக்கு எவ்வளவு சம்பளம்?

ராவ்: ஆயிரத்து எண்ணூறு.

இன்ஸ்: சொந்தமா வீடு இருக்கா?

ராவ்: ஆமாம்.

இன்ஸ்: உங்களுக்கு?

காந்: *250!*

இன்ஸ்: சொத்து, கித்து?

ராவ்: கொஞ்சம் இருக்கு.

இன்ஸ்: வீட்டிலே ஒங்க ஒய்ஃப், பையன்?

ராவ்: என் மனைவி இறந்து போய்ட்டா. பையன் இருக் கான்.

இன்ஸ்: *(காந்தாவைப் பார்த்து)* அச்சா! இப்பப் புரியுது. *(துப்பாக்கியை எடுத்து)* இந்தத் துப்பாக்கி யாருது?

ராவ்: எனக்குத் தெரியாது, அவன்தான் கைல கொண்டு வந்தான்.

இன்ஸ்: உங்க அண்ணன்கிட்ட துப்பாக்கி லைசென்ஸ் இருக்கா, தெரியுமா?

காந்: தெரியாது.

இன்ஸ்: ம்... இதை எப்பவாவது அவன் கிட்ட பார்த்திருக் கீங்களா?

காந்: ஞாபகமில்லே.

இன்ஸ்: மிஸ்டர் ராவ், உங்ககிட்ட துப்பாக்கி கிப்பாக்கி ஏதாவது?

ராவ்: *(தயக்கத்துடன்)* ம்... இருக்கு. வீட்டிலே ஒண்ணு இருக்கு.

இன்ஸ்:	லைசென்ஸ்?
ராவ்:	இருக்கு.
இன்ஸ்:	என்ன மாடல்?
ராவ்:	இதே மாடல்தான். பாயிண்ட் 38.
இன்ஸ்:	இதேதானா?
ராவ்:	சேச்சே! இன்ஸ்பெக்டர்! I am sorry, கதையையே மாத்தறீங்க. நீங்க என்மேல சந்தேகப்படறீங்களா?
இன்ஸ்:	நான் Investigate பண்றேன், அவ்வளவுதான்.
ராவ்:	நீங்க கேக்கற கேள்விகளைப் பார்த்தா ஒண்ணும் சாதகமாகவே இல்லியே!
இன்ஸ்:	உங்க துப்பாக்கி வீட்லே இருக்கா?
ராவ்:	ஆம்!
இன்ஸ்:	வீட்லே எங்கே இருக்குன்னு சொல்ல முடியுமா?
ராவ்:	மாடியிலே டிரஸ்ஸிங் டேபிள்ளே இடதுபக்கத்தில் மேல் டிராயரிலே!
இன்ஸ்:	Good! உங்க வீட்டுக்கு டெலிபோன் பண்ணி யார்கிட்டேயாவது சொல்லி, கொஞ்சம் அதை எடுத்துட்டு வரச் சொல்றீங்களா?
ராவ்:	எதுக்கு?
இன்ஸ்:	எதுக்குன்னு சொல்லிடறேன் மிஸ்டர் ராவ். எனக்கு உங்க ஸ்டோரிலே நம்பிக்கை இல்லை! டாக்ஸி கதையை ஒருத்தரும் நம்ப மாட்டாங்க. அந்தத் துப்பாக்கி உங்களதுன்னு நினைக்கிறேன்.
ராவ்:	Absurd! இப்ப கொண்டு வரச்சொல்றேன் என் துப்பாக்கியை. கொஞ்சம் இருங்க. *(டெலிபோனை எடுத்து டயல் செய்கிறார்)* யாரு ஸ்ரீகாந்தா... ஸ்ரீகாந்த், அர்ஜெண்டா ஒரு காரியம் பண்ணு. மாடிக்குப் போ. அலமாரிலே மேல் தட்டில் நாலாவது புஸ்தகத்திலே டிராயர் சாவி இருக்கு. அதை எடுத்து டிரஸ்ஸிங் டேபிள் டிராயரைத் திறந்து மேல் டிராயரிலே என்

ரிவால்வர் இருக்கு... அதை *(பொத்தி)* இங்கே கொண்டு வரச்சொல்லட்டுமா சார்?

இன்ஸ்: கொஞ்சம் இருங்க. ஸ்ரீகாந்துங்கறது உங்க பையனா? *(டெலிபோனை அவரிடமிருந்து வாங்கிக்கொள் கிறார்)* மிஸ்டர் ஸ்ரீகாந்த்! நீங்க அந்தத் துப்பாக்கி டிராயர் அறையிலே இருக்குதான்னு பாத்து டெலி போன்லே எங்கிட்ட சொன்னாப் போதும்... Pardon? நான் ஒரு போலீஸ் இன்ஸ்பெக்டர். Investigation நடக்குது. இங்கே உங்க அப்பா சம்பந்தப்பட்டிருக் காரு. அது விஷயமா... இல்லை, இப்ப விவரமா சொல்றதுக்கு இல்லை... லைன்லே இருக்கேன். பாத்துட்டு வரீங்களா?

ராவ்: இதுலேர்ந்து என்ன தெரியுது காந்தா?

காந்: என்ன சார்?

ராவ்: உண்மை சொல்லக்கூடாது. உண்மையை நம்பற துக்கு இவங்களுக்கு எத்தனை கஷ்டமா இருக்குது பார்... இன்ஸ்பெக்டர்! அவனை அந்தத் துப்பாக் கியை எடுத்துட்டு இங்கேயே வரச் சொல்லிடுங்க. நீங்க நேர்லயே பார்த்துடலாம். அப்புறம் டெலி போன்ல கோளாறும்பீங்க. இன்னிக்கு டெலிபோன் டிபார்ட்மெண்ட் ஸ்ட்ரைக், எப்படி டெலிபோன் கேக்குதுன்னு புதுசா ஏதாவது ஆரம்பிப்பீங்க!

இன்ஸ்: இல்லை! டெலிபோன்ல சொன்னாப் போதும் சார். போலீஸ்காரர்களே இப்படித்தான் இருப்பாங்க!

ராவ்: ஆனாலும் நீங்க கொஞ்சம் எக்ஸ்ட்ரீம் கேஸ்னு நினைக்கிறேன். சூரியன் உதிக்கிறதைக்கூட விசாரிச்சுட்டுதான் நோட்டுலே எழுதிப்பீங்கபோல இருக்கு!

இன்ஸ்: என்ன பண்றது? தொழில் அப்படி! எஸ் மிஸ்டர் ஸ்ரீகாந்த். சொல்லுங்க. இல்லையா... நல்லாத் தேடிப் பார்த்துட்டிங்களா... கொஞ்சம் இருங்க... துப்பாக்கி இல்லியாம்.

ராவ்: என்னது? *(டெலிபோனைப் பிடுங்கி)* ஏய் ஸ்ரீகாந்த், நல்லாத் தேடினியா? கண்ணைத் துடைச்சுண்டு

தேடினியா? எல்லா டிராயரையும் பாத்தியா? அலமாரி... ம்... நான் அப்புறம் விவரமாச் சொல்றேன்! ஏய், நீ யாருக்காவது அதை எடுத்துக் கொடுத்... *(டெலிபோனைச் சோர்வுடன் வைக்கிறார்).*

இன்ஸ்: என்ன மிஸ்டர் ராவ், சூரியன் உதிச்சுதா?

ராவ்: துப்பாக்கி இல்லையாம். காணமாம்! நான் போய்த் தேடினா அகப்படும்! அந்த ஸ்ரீகாந்தை நம்ப முடியாது.

இன்ஸ்: எதுக்குத் தேடணும்? அதான் இங்கே இருக்குதே!

ராவ்: *(இன்ஸ்பெக்டரை நிதானமாகப் பார்க்கிறார்)* இன்னிக்கு எனக்கு என்ன ஆச்சு? எல்லாமே எதுத்துக்கறது. நீங்க எப்படிக் கேட்டாலும் எந்த விதமாகக் கேட்டாலும் உண்மை நான் சொன்னது தான். அதான் நடந்தது. சாட்சிக்கு இவ இருக்கா.

இன்ஸ்: மிஸ்டர் ராவ். I will give you another chance. இன்னும் ஒண்ணையும் ரிக்கார்ட் பண்ணலை. இப்பகூட நீங்க நடந்ததைச் சொல்லிடலாம்.

ராவ்: *(அதே உணர்ச்சியுடன்)* அடப் போய்யா. நடந்தது, கிடந்தது. ஒரு ஆளு நிஜம் பேசறான். அதைக் கண்டுக்க முடியாத ஆசாமிங்க என்ன போலீஸ் காரங்க? எல்லாத்தையும் குதர்க்கமா அர்த்தம் பண்ணிண்டு ஒரு ஆண் ஒரு பெண்ணோட மாடிக்கு வந்தா, உடனே தப்புக் காரியம் செய்யத்தான் வந்திருக்கான்னு சொல்லிட வேண்டியது. டாக்ஸி யிலே வந்தா டாக்ஸி ஸ்டிரைக். எனக்கு டாக்ஸி கிடைச்சுது, வந்தேன். எனக்குன்னு ஒரு பய ஆப்ட்டான், காசை வாங்கிக்காமப் போய்ட்டான். துப்பாக்கியைக் காணோம். இப்ப என்ன, உடனே இதுதான் உன் துப்பாக்கி, தோட்டா உன்னது! அந்தக் குடிகாரப் பயலை நான்தான் கொன்னேன். சுடவேண்டியதுதான். ஆமாய்யா நான்தான் கொன்னேன். என்ன பண்ணப் போறீங்க? விலங்கு மாட்டுவீங்க! அவ்வளவுதானே? *(கீழே உட்கார்ந்து கொண்டு கண்ணைத் துடைத்துக் கொள்கிறார்.)*

வஸந்த்: *(நுழைகிறான். கண்ணாடி அணிந்த முப்பது வயது இளைஞன். சுத்தமாகத் தலை வாரிக்கொண்டு மிக வெண்மையாக பேண்ட் ஷர்ட் அணிந்துகொண்டு சுவர் அருகே நிற்கிறான்)* மிஸ்டர் சீதாராம் ராவ்?

ராவ்: நீ யாருப்பா, சி.ஐ.டி.யா?

வஸந்த்: என் பேர் வஸந்த். நான் உங்க வக்கீல்.

ராவ்: ஏன், இன்னும் ரெண்டு நாள் கழிச்சி வர்றதுதானே. ஜெயிலுக்கே நேரே வந்திருக்கலாமே? எல்லாம் முடிஞ்சப்புறம் வாடா.

வஸந்த்: ஏன் சார், உங்களை யார் ஜெயில்லே போடப் போறாங்க?

ராவ்: அவங்கதான். கொலைக் கேஸ். நான்தான் கொன்னேனாம்.

வஸந்த்: What is all this Inspector?

இன்ஸ்: Who are you to ask me?

வஸந்த்: I am his lawyer. I have every right. உங்க கிட்ட சர்ச் வாரண்ட் இருக்கா? அரெஸ்ட் வாரண்ட் இருக்கா? எப்படி உள்ளே வந்தீங்க?

இன்ஸ்: ஓஹ்ஹோ, வாய்யா சிஆர்.பி.சி!

காந்: சார், போலீஸ்காரங்க ரொம்ப சதாய்க்கறாங்க சார்.

வஸந்த்: உங்களை சதாய்க்கரானா. நீங்க யாரு?

காந்: அவரை சார். பாவம் உக்காந்துட்டாரு.

இன்ஸ்: நீங்க அங்க போய்த் தனியா நிக்கறீங்களா?

வஸந்த்: *(கவனிக்காமல்)* எழுந்திருங்க மிஸ்டர் ராவ். என்ன இது? சேச்சே. உங்களை ஒருத்தரும் ஒண்ணும் பண்ணிட முடியாது. நான் இருக்கிறவரைக்கும். *(இன்ஸ்பெக்டரிடம்)* அரெஸ்ட் பண்ணப் போறீங்களா?

இன்ஸ்: I have not made any arrest.

வஸந்த்: சார், நீங்க பயப்படாதீங்க. வெளியே நிக்கிற யாரோ கான்ஸ்டபிள் சொன்னான், ஏதோ ஒரு ஆள் இறந்து போய்ட்டதா. கேஸ் என்ன சொல்லுங்க.

இன்ஸ்: அதை எல்லாம் அவர் அப்புறம் சொல்வார். மிஸ்டர் ராவ், கொஞ்சம் வரீங்களா?

வஸந்த்: அவர் எதுக்கு வரணும்?

இன்ஸ்: ஸ்டேட்மெண்ட் கொடுக்கிறதுக்கு.

வஸந்த்: மிஸ்டர் ராவ். நீங்க இவங்களோட பேசவே வேண்டியதில்லை. நான்தான் உங்களுக்காக இனி பேசப் போறேன். இதுக்கு முன்னாடி ஸ்டேட் மெண்ட் ஏதாவது கொடுத்தீங்களா?

ராவ்: இல்லை, நிறைய கேள்வி கேட்டாங்க, பதில் சொன்னேன்.

வஸந்த்: பதில் சொன்னீங்களா?

ராவ்: ஒண்ணு விடாம பதில் சொன்னேன். உண்மையைச் சொன்னேன். அதான் வம்பாப் போச்சு. வசமா மாட்டிக்கிட்டேன். எல்லாத்தையும் அந்தப் புத்தர் பகவான் எழுதிண்டான்.

வஸந்த்: ஏதாவது காகிதத்திலே கையெழுத்து போட்டீங் களா?

ராவ்: இல்லை.

வஸந்த்: பாக்கெட்டுக்குள்ள கையைப் போட்டுக்கங்க. வெளியே எடுக்காதீங்க! அவங்க தப்பு தப்பா எழுதிக்கிட்டிருப்பாங்க. அவளுடன் மாடியில் இருந்தேன்னு சொன்னா மடியில் இருந்தேன்னு எழுதிப்பாங்க. இன்ஸ்பெக்டர். என் கிளையண்ட் இப்ப என்னுடன் புறப்படப் போகிறார்.

இன்ஸ்: Wait a minute!

வஸந்த்: Third degree methods எல்லாம் உபயோகப்படுத்தி அவரை என்ன என்னவோ சொல்லி வச்சிருக்கீங்க. ராவ், நீங்க நான் வரவரைக்கும் காத்திருக்கலாம். நீங்க இவங்களுக்கெல்லாம் ஒரு வார்த்தைகூடப் பதில் சொல்ல வேண்டியதில்லை தெரியுமா?

இன்ஸ்: சார் இவன் உங்களைத் தப்பா அட்வைஸ் பண்றான். என்னாலே உங்க மூணு பேரையுமே அரஸ்ட் பண்ண முடியும். தெரியுமா?

காந்: வாரண்ட் வச்சிருங்கீங்களா? வாரண்டைக் காட்டுங்க, கையைக் காமிக்கிறோம்.

வஸந்த்: அட, நீங்ககூடக் கத்துக்கிட்டீங்களா?

இன்ஸ்: வாரண்ட் இல்லாமலேயே என்னால அரஸ்ட் பண்ண முடியும்.

வஸந்த்: ச்ச்ச் இன்ஸ்பெக்டர்! நீங்க சுத்தமா சிஆர்.பி.சி படிச்சதில்லையா? இந்த மாதிரி நீங்க சாதிக்கிற சட்டத்தை நீங்களே மீறினா என்ன ஆகும்? உங்களை இந்த ஊர்லேருந்து சடால்னு போடி நாயக்க னூருக்குப் போட்டுடுவான்! உங்க பசங்க எஜுகேஷன் எல்லாம் என்ன ஆறது?

இன்ஸ்: கெட் அவுட்!

வஸந்த்: யாரை, என்னையா?

இன்ஸ்: ஆம். உன்னைத்தான். 301, அந்த ஆளைக் கழுத்தைப் புடிச்சு வெளியே தள்ளு!

வஸந்த்: வெயிட் எ மினிட். ஐ.பி.சி எந்த செக்ஷன்லே என்னை கெட் அவுட்ங்கிறீங்க? என்னன்னு நினைச்சுக்கிட்டிருக்கீங்க! எல்லாம் சர்வாதிகாரத் தனமா இருக்கு. சுண்டு விரல் இருக்கு பாருங்க, அதனோட நுனியாலகூட என்னை நீங்க தொட முடியாது!

இன்ஸ்: ஒரு போலீஸ் ஆபீஸர் கடமையைச் செய்யறபோது குறுக்கிட்டதுக்காக உன்னை அரஸ்ட் பண்ணப் போறேன்!

வஸந்த்: நான் குறுக்கிடலையே! ஒரு ஆசாமிக்கு உள்ள நியாயமான உரிமை ஒண்ணை நீங்கதான் அபகரிக் கறீங்க. உங்க மேலே கேஸ் போடலாம்னு இருக் கேன்! (இன்ஸ் அவனை அறையப் போக, அவன் குனிய 301-ன் தொப்பி பறக்கிறது)

சார், வாங்க போகலாம். You are not guilty. நீங்க எதுக்கு இங்க நிக்கணும்? *(ராவைப் பிடிக்கிறான்.)*

இன்ஸ்: *(ராவின் மற்றொரு கையைப் பிடித்து)* நில்லுங்க, நான் அவரைக் கேள்வி கேக்கணும்.

ராவ்: என்னடா இது, ரெண்டு பெண்டாட்டிக்காரன் கேஸ் ஆயிடுச்சே!

வஸந்த்: கேள்விகளை, அரெஸ்ட் பண்ணி ஸ்டேஷனில் வச்சுக் கேட்டுக்குங்க. அரஸ்ட் பண்றதுக்கு மாஜி ஸ்டிரேட் கையெழுத்து போட்ட வாரண்ட் வேணும். வாங்க சார் போகலாம். இவங்களுக்கெல்லாம் இடம் விட்டா மூஞ்சி மேலே ஏறுவாங்க!

இன்ஸ்: இவர் ஒரு விட்னஸ்! இவர் ஸ்டேட்மெண்டை எடுத்துக்கணும். இவர்தான் போன் பண்ணினார். F.I.R.க்கு இவர் ஸ்டேட்மெண்ட் வேணும்.

வஸந்த்: சாட்சி! அப்படி வாங்க வழிக்கு! அப்படிக் கேளுங்க. ஸ்டேட்மெண்டைக் கொடுக்கிறோம். சும்மா பயங் காட்டாதீங்க. அரஸ்ட் கிரஸ்ட்டுன்னு.

இன்ஸ்: 301. மிஸ்டர் ராவ் சொன்னதை எல்லாம் எழுதிக் குங்க. இல்லை காப்பி பண்ணிடுங்க. இவர் கையெழுத்து போடட்டும்.

வஸந்த்: வெய்ட் எ மினிட். இவர் இனிமேதான் ஸ்டேட் மெண்ட் கொடுக்கப் போறாரு.

இன்ஸ்: அப்ப இதுவரைக்கும் இவர் சொன்னதெல்லாம்?

வஸந்த்: நல் அண்ட் வாயிட். மிஸ்டர் ராவ். நான் சொல்றதைத் திருப்பிச் சொல்லுங்க: எனக்கு.

ராவ்: எனக்கு

வஸந்த்: ஒண்ணும்

ராவ்: ஒண்ணும்

வஸந்த்: தெரியாது.

ராவ்: தெரியாது.

வஸந்த்: ஒரே ஒரு லைன். சிம்பிள். அதுதான் அவர் ஸ்டேட்மெண்ட். எழுதிக் கொண்டாங்க. கையெழுத்து போடுவாரு.

இன்ஸ்: என்ன மேன் விளையாடுறியா? ஸ்டேஷன்லே பெஞ்ச்லே படுக்கணுமா? நாலு தட்டு தட்டணுமா?

வஸந்த்: அந்த மாதிரி நாலு தட்டு தட்டினவங்க எல்லாம் கடைசிலே தட்டு தூக்கறாங்க சார்!

இன்ஸ்: உன்னை பதினாலு கவுன்ட்லே இப்ப அரெஸ்ட் பண்ணலாம். Suppression of evidence, interference with a police officer.

வஸந்த்: Please do... அரெஸ்ட் பண்ணுங்க! அதுக்கு முன்னாலே வாரண்ட்!

இன்ஸ்: *(ஒரு தடவை முறைத்துவிட்டு)* ஆல்ரைட்! I will get a warrant, மாஜிஸ்ரேட்டை இப்பவே பிடிச்சு கையெழுத்து வாங்கிட்டு வந்து, இன்னும் அரை மணிக்குள்ளே உங்க ரெண்டு பேரையும் அரெஸ்ட் பண்ணி ஒப்பன் ஜீப்பிலே விலங்கு மாட்டிக் கொண்டு ஊர்வோலமாப் போறேன்! சத்தியம்! மிஸ்டர் ராவ்! உங்களுக்கு ஒரு எச்சரிக்கை. இவன் முட்டாள்தனமா உபதேசம் பண்றான். இவன் பேச்சைக் கேட்டுக்கிட்டு, எங்கயாவது ஓடிப் போயிடலாம்னு நினைக்காதீங்க. ஜில்லா ஜில்லாவாத் துரத்தி அடிப்போம்! 301, இங்கேயே இருய்யா. நான் வரேன்! *(போகிறார்.)*

காந்: சார், உங்க வக்கீல் பெரிய ஆள்!

ராவ்: கணேஷ் சிஷ்யன் வேற எப்படி இருப்பான்!

காந்: சார், நாம அவங்ககிட்ட ஒண்ணும் பேசி இருக்கவே வேண்டாம்.

ராவ்: வஸந்தா! கை குடு. ஆமா டெம்பரவரியா அவனை வெளியே அனுப்பிச்சுட்டே. மேற்கொண்டு பர்மணன்டா என்ன பண்றது? போய்டட்டுமா?

வஸந்த்: இருங்க இருங்க, கொஞ்சம் யோசிக்கிறேன்.

கான்ஸ் 1: *(உள்ளே வந்து) அண்ணே உங்களை இன்ஸ்பெக்டர் கூப்பிடறாரு!*

(கான்ஸ்டபிள் 2 வெளியே செல்கிறான்.)

ராவ்: போய்ட்டான். பேசாம மாறுவேஷம் போட்டுண்டு மொட்டை அடிச்சுண்டு, ஜன்னல் ஏறிக் குதிச்சு அஸ்ஸாமுக்கு போயிடறேனே!

வஸந்த்: இருங்க, இருங்க. அவ்வளவு சுலபம் இல்லை. ஆமா, நீங்க அந்த ஆளைச் சுட்டுட்டீங்களா?

ராவ்: ஆக்சிடெண்டா ஆயிடுச்சு. சின்ன சிக்கன்... இல்ல... சின்ன கிச்சன். அங்கே மடக்கி மாருக்கு நேராத் துப்பாக்கியைக் காட்டினான். குடிச்சிருந் தான். துப்பாக்கியைப் புடுங்கறபோது அகஸ்மாத்தா சுட்டுடுச்சு!

வஸந்த்: எதுக்காகப் பயங்காட்டினான்?

ராவ்: நான் இங்க தனியா அந்தப் பெண்ணோட இருக் கிறதைத் தப்பா கணக்கு பண்ணிட்டான். ஏதோ இவளோட... இவளோட...

வஸந்த்: புரியுது.

காந்: அவன் குடிச்சுட்டு வர்றான் சார். இவர் இல்லை அப்ப... ஆனா இவர் சட்டை மட்டும் கிடைக்குது. பூட்ஸ் கிடக்குது. ஹேட் கிடக்குது. இவர் கிச்சன்லே மறைஞ்சுக்கிட்டிருந்தார்! யோசிச்சுப் பாருங்க, என்ன நடந்திருக்கும்?

வஸந்த்: சட்டையை எதுக்குக் கழட்டினீங்க?

ராவ்: காப்பி கொட்டிப்போச்சு!

வஸந்த்: சரிதான்.

ராவ்: ஆனா வஸந்தா! இதுல ரெண்டு பாயிண்டு எனக்கு புரியலை. ஒண்ணு இன்னிக்கு டாக்ஸி ஸ்டிரைக் இல்லியா?

வஸந்த்: ஆமாம்.

ராவ்: எனக்கு டாக்ஸி கிடைச்சுது!

வஸந்த்:	அப்படியா!
ராவ்:	டாக்ஸிக்காரன் காசு வேற வாங்காமலே போய்ட்டான். அதைச் சொல்லப் போய்தான் முதல்ல இன்ஸ்பெக்டர் சந்தேகப்பட ஆரம்பிச்சார். என் துப்பாக்கியும் இந்தத் துப்பாக்கியும் ஒரே மாடலா இருக்குது. என் துப்பாக்கியைக் கொண்டு வந்து காட்டுன்னாரு. அதை வீட்டிலே காணோம்!
வஸந்த்:	(யோசித்து) சரிதான். உங்க கேஸ் கொஞ்சம் வீக்குதான். அவர் நிச்சயம் உங்களை அரெஸ்ட் பண்ணுவார். கேஸ் இருக்கு அவங்களுக்கு! அவர் போன தினுசைப் பார்த்தா சீக்கிரம் திரும்பி வந்துடுவார்னு தோணுது! வாரண்டோட... அந்த கான்ஸ்டபிளை பாத்திங்களா, மூஞ்சிலே ஒரு உணர்ச்சி காட்டாம சிலை மாதிரி நின்னுக்கிட்டிருந்தான். இந்த டைப்பை நான் பார்த்திருக்கேன். அதோ வரான் பாருங்க.

(301 வருகிறான்.)

ராவ்:	மேற்கொண்டு நம்ம பிளான் என்ன?
வஸந்த்:	யோசிக்கிறேன். இருங்க. இப்பத்தான் மூச்சு விட சமயம் கிடைச்சிருக்கு.

(301 மெதுவாக வஸந்தை அணுகுகிறான்.)

301:	கொஞ்சம் இப்படி தனியா வர்றீங்களா?
வஸந்த்:	(தனியாக அவனுடன் வந்து) என்ன?
301:	பத்து ரூபாய்க்கு சில்லறை இருக்குமா?
வஸந்த்:	பத்து ரூபாய்க்கா?
301:	ஆமாம்.
வஸந்த்:	இருங்க பார்க்கறேன்... (தன் பர்ஸை எடுத்து ஆராய்கிறான்) எட்டு ரூபா இருக்கு.
301:	போறாது... (விலகுகிறான்.)
வஸந்த்:	இருங்க, சில்லறையையும் சேர்த்துப் பாக்கறேன். (மறுபடி பர்ஸை ஆராய்கிறான்) ஒம்பது ரூபா அம்பது பைசா தேறும்.

முதல் நாடகம் / 49

301: சரி குடுங்க! (வெளியே செல்கிறான்.)

வஸந்த்: (சற்று நேரம் அவன் போன திக்கைப் பார்த்துக் கொண்டு யோசிக்கிறான்) மிஸ், நீங்க ஒரு காரியம் செய்யுங்க. வெளியே போய் வாசல்லே போலீஸ் ஜீப் இன்னும் நிக்குதான்னு பாத்துட்டு வாங்க... (செல்கிறாள்.)

ராவ்: அப்ப நாம?

வஸந்த்: மூச்!

காந்: (திரும்பி வருகிறாள்) ஆமா சார், நிக்குது.

வஸந்த்: நிக்குதா! மிஸ்டர் ராவ், உங்க கேஸ் முடிஞ்சு போச்சு!

ராவ்: என்ன சொல்றீங்க?

வஸந்த்: உங்ககிட்ட எவ்வளவு பணம் கேஷா இருக்கு? முதல்லே அதைச் சொல்லுங்க?

ராவ்: புரியலையே!

வஸந்த்: சொல்றேன் இருங்க! முதல்ல நான் கேக்கறதுக்குப் பதில் சொல்லுங்க. ரூபா எவ்வளவு இருக்கு?

ராவ்: கேஷா 300, 400 தான் இருக்கும். பேங்குல இருக்கும்.

வஸந்த்: உங்களால உடனே ஒம்பதாயிரத்து ஐநூறு புரட்ட முடியுமா?

ராவ்: நாளைக்குக் காலைல முடியும். பேங்கு திறந்ததும்.

வஸந்த்: செக்கா ஒண்ணு எழுதிக் கொடுக்க முடியுமா. செல்ஃப் செக்?

ராவ்: செக்கு புஸ்தகம் வீட்டிலே இருக்கு.

வஸந்த்: வீட்டிலே யார் இருக்காங்க?

ராவ்: என் பையன் இருக்கான்.

வஸந்த்: உடனே அவனை செக் புஸ்தகத்தோட வரச் சொல்லுங்க!

ராவ்: எனக்கு ஒண்ணுமே புரியலையே?

வஸந்த்: உங்க சுதந்தரத்துக்கு விலை அது... 9,500. இப்ப வந்த கான்ஸ்டபிள் பத்து ரூபாய்க்கு சில்லறை

கேட்டானே! என்ன அர்த்தம்! பத்தாயிரம் ரூபாய் குடுப்பியான்னு அர்த்தம். நான் எட்டு ரூபா இருக்குன்னேன். மாட்டேன்னான். ஒம்பதாயிரத்து ஐநூறுன்னேன். ஒத்துக்கிட்டான். நீங்க குடுக்கத் தயாரா?

ராவ்: அடப்பாவி! லஞ்சமா! கேஸ் என்ன ஆகும்!

வஸந்த்: என்ன ஆகும்? Suicide! தற்கொலைன்னு ரிகார்ட் பண்ணிக்கிடுவாங்க! அவ்வளவுதான். கேஸை க்ளோஸ் பண்ணிடுவாங்க! எல்லாம் அவங்க பார்த்துப்பாங்க. நீங்க கொடுக்க வேண்டியது 9500.

ராவ்: மொத்தமாகவே அவ்வளவுதானா? இல்லை கான்ஸ் டபிளுக்கு மட்டுமா?

வஸந்த்: மொத்த வியாபாரம் இது. அவங்க பங்கு போட்டுப் பாங்க.

ராவ்: ரொம்ப சீப்பாப் போச்சு!

வஸந்த்: அவங்களுக்கு பத்தாயிரத்துக்கு மேலே எண்ணத் தெரியாது! என்ன குடுக்கத் தயாரா?

ராவ்: நிஜமா எனக்கு ஒண்ணும் ஆகாதே?

வஸந்த்: 100% கேரண்டி. லஞ்சம் கொடுக்கறதுனாலே நிச்சயம் கேரண்டி சொல்லலாம். சர்க்காருக்கும் அவங்க எவ்வளவு நல்லது பண்றாங்க? இதைப் புடிச்சிக்கிட்டுக் கேஸ், சாட்சி, கோர்ட்டுன்னுட்டு எத்தனை இழுபறி? எத்தனை செலவு குறையுது பாருங்க? உடனே உங்க பையனுக்கு போன் பண்ணி செக் புஸ்தகத்தை எடுத்துக்கிட்டு வரச் சொல்லுங்க...

ராவ்: அந்த இன்ஸ்பெக்டர் அத்தனை முறைச்சுக்கிட்டு விருட்டுன்னு போனானே?

வஸந்த்: வெளியே எட்டிப் பாருங்க, வாசல்லே ஜீப்பிலே காத்துக்கிட்டிருக்கான்.

ராவ்: எனக்குச் சிரிக்கிறதா, அழறதான்னு தெரியலை.

வஸந்த்: செக் எழுதறது! நம்பர் என்ன சொன்னீங்க? (டெலிபோன் அருகில் செல்ல - திரை)

(அதே காட்சி, கடிகாரம் பத்து நிமிஷம் தள்ளி. ராவின் மகன் ஸ்ரீகாந்த் நுழைகிறான். இளைஞன். ஹிப்பி போல தலைமுடி. காரே மூரே என்று ஷர்ட். வஸந்த், ராவ் இருவரும் உட்கார்ந்திருக்கிறார்கள்.)

ஸ்ரீகாந்த்: இந்தாங்கப்பா செக்புக்... எனக்கு ஒண்ணுமே புரியலைப்பா.

ராவ்: வஸந்த்! செல்ஃப் செக்கா எழுதணுமா!

வஸந்த்: ஆமாம், பேரரை அடிக்காதீங்க.

ஸ்ரீ: அப்பா! இது யார் வீடு? வாசல்லே ஏன் போலீஸ் காரங்க நிக்கறாங்க?

ராவ்: உனக்கு உடனே தெரிஞ்சு ஒண்ணும் ஆக வேண்டிய தில்லை. மறைக்காதே. ஒதுங்கி நில்லு. *(செக் எழுதுகிறார்).*

(ஸ்ரீகாந்த் அதைப் பார்க்கிறான். ஷ்ய் என்று ஏற இறங்க விசில் அடிக்கிறான்).

ராவ்: *(அதை ஊதி உலர்த்துகிறார்)* யார் வேணா கேஷ் பண்ணலாம்.

ஸ்ரீ: யாருக்கப்பா? 9500? நான் இன்னிக்குக் காலையிலே நூறு ரூபா கேட்டேன். கட்டையை எடுத்து அடிக்க வந்தீங்க!

ராவ்: ஷட் அப் ஸ்ரீகாந்த்! இது விஷயம் வேறே. உனக்கு எக்ஸ்பிளைன் பண்ணிக்கிட்டிருக்க நேரமில்லை. It is a matter of life and death. வஸந்த், இந்தா!

ஸ்ரீ: ஜஸ்ட் எ மினிட். *(அந்த செக்கை லாகவமாக வாங்கிக் கொள்கிறான்)* காலையிலே 100 ரூபா கேட்டேன். பெஞ்ச, நாற்காலிய மேலே எறிஞ் சிங்க. இப்ப என்னடான்னா யாருக்கோ பாம்பு கணக்கா சரசரன்னு ஒன்பதாயிரத்து ஐநூறு ரூபாய்க்கு செக் எழுதறீங்களே?

ராவ்: அது என் பணம், என்ன வேணா செய்வேன். காலை யிலே உன் மூஞ்சிலே விழிச்சதனால்தான் எனக்கு இது எல்லாம் நிகழ்ந்து போச்சு! தலைக்கு வந்தது, குடுமியோட போச்சு! குடு அதை. உன் வேலை முடிஞ்சு போச்சு, நீ அந்தாண்டை போ.

ஸ்ரீ: நீ போ, நீ போ, நீ போ! எத்தனை தடவை இந்த வார்த்தையை உங்ககிட்ட கேட்டாச்சு நான்? இப்பிடி எத்தனை தடவை உங்களை நான் ஏதாவது லைஃப்ல உருப்படியா ஆரம்பிக்கிறதுக்கு மூலதனமா கொஞ்சம் பணம் கொடுங்கன்னு கேட்டிருக்கேன்?

ராவ்: மூணு சீட்டைத் தவிர வேறு ஏதாவது உருப்படியா தெரியுமா உனக்கு? என்னடா வம்பாப் போச்சு! உன்னோட வேறே ஓடிப்பிடிச்சு விளையாடணுமா? வஸந்த் வாங்கிக்கங்க.

ஸ்ரீ: ஒரு தியேட்டர் குரூப் ஆரம்பிக்கணும்னு பணம் கேட்டேனே, அப்பவாவது கொடுத்தீங்களா?

ராவ்: தியேட்டர் குரூப். கூத்தாடிப் பசங்களை வெச்சுட்டு டிராமா போடறதுக்குப் பணம் கேட்டா, அதுக்குக் குடுக்க முடியாதுன்னு சொன்னது தப்பா? ஸ்ரீகாந்த், விளையாடாதே. உன்னாலே ஒரு காசு சம்பாதிக்க முடியாது. உங்க அப்பா இருந்தாத்தான் உனக்கு அடுத்த வேளை சோறு. உங்கப்பா உயிரோட இருக்கணும்னா, இந்தக் காசு கொடுத்தாகணும்.

ஸ்ரீ: இந்தக் காசு நான் சம்பாதிச்சதுப்பா.

ராவ்: உளறாதே, குடிக்க வேற ஆரம்பிச்சுட்டியா?

ஸ்ரீ: உளறலை. என் திறமைக்கு நீங்க உங்களை அறியாம தந்த பரிசு இது. அப்பா, உங்க பையன் அவ்வளவு உதவாக்கரை இல்லை. நீங்க ஒரு ஆளைக் கொன்னது எனக்குத் தெரியாதுன்னு நெனச்சிங்களா?

ராவ்: என்னது. உனக்கு எப்படித் தெரியும்?

ஸ்ரீ: அவன் பேரு ராஜாமணி. அதுகூட எனக்குத் தெரியும். அவன் தங்கை காந்தாமணி. நீங்க யாரைப் பாக்கப் போனீங்க? காந்தாமணியை. அதுவும் எனக்குத் தெரியாம. ஊரெல்லாம் டாக்ஸி ஸ்டிரைக்கா இருக்கறபோது உங்களுக்கு மட்டும் ஒரு டாக்ஸியை அனுப்பிச்சு வெச்சது யாரு? நான்தான். அப்புறம் உங்களைக் குடாஞ்சு தள்ளினாரே இன்ஸ்பெக்டர், போலீஸ்காரங்க... எல்லாரையும் எனக்குத் தெரியும் அப்பா. உங்க ஒரே ஒரு ஆடியன்சுக்காக,

ஒருத்தருக்காக எங்க தியேட்டர் குரூப் போட்ட முத நாடகமப்பா இதெல்லாம், ராஜாமணி...

ராஜா: *(பின் அறையிலிருந்து வருகிறான். மார்பில் ரத்தக் கறை. உடம்பை நிமிர்த்திக் காலை உதறிக்கொள் கிறான்)* ஹலோ ஸ்ரீகாந்த், ஒண்ணரை மணி நேரம் ஒரு மாதிரியாய் படுத்துக்கிட்டு இருந்ததுலே கால் முழங்காலுக்குக் கீழே இருக்கா இல்லையான்னு தெரியலை! கரப்பாம்பூச்சி பேண்டுக்குள்ளே நுழைச்சுடுச்சு. இதாண்டா லாஸ்ட்டு.

ஸ்ரீ: காந்தாமணி...

காந்: *(வெளிவருகிறாள்)* ஹலோ.

காந்: சரியா செஞ்சனா? சில இடத்திலே சிரிப்பை அடக்க முடியலை.

ஸ்ரீ: இன்ஸ்பெக்டர். கன்னையா நாயுடு, 301 *(மூவரும் வருகிறார்கள்)*

301: எனக்கு ஒரு லைன் மட்டும்தான் கிடைச்சது...

ஸ்ரீ: கன்னையா நாயுடு, நீ கொஞ்சம் ஓவர் ஆக்ட் பண்ணினே. வெல்டன் இன்ஸ்பெக்டர். வஸந்த், நீ கூடப் பரவாயில்லை. நடுவிலே கொஞ்சம் கூடeatrical-ஆ இருந்தது.

ராவ்: என்ன இது, எனக்கு ஒரே குழப்பமா இருக்கே?

ஸ்ரீ: அப்பா. உங்க பிள்ளை உதவாக்கரைன்னு சொன் னீங்க. இல்லை? எனக்கும் கொஞ்சம் திறமை இருக்கு. இந்த நாடகம் பூரா நானே பிளான் பண்ணி ஒவ்வொரு டீடெய்லாப் பார்த்து நடத்தி வெச்சேன். இது எவ்வளவு கஷ்டமான நாடகம் தெரியுமா! ஏன்னா இதிலே ஒரு கேரக்டர், அதாவது நீங்க, என்ன பேசப் போறீங்கன்னு எங்களுக்குத் தெரியாது. அதுக்குத் தகுந்தாப்பல வசனம் மாறிக் கிட்டே இருக்கணும்.

ராவ்: அடப் பாவிப்பய புள்ளே! டெலிபோன்லாம் பண் ணினேனே?

ஸ்ரீ: காந்தராஜ்? *(ஒரு ஆள் டம்மி டெலிபோனுடன் வருகிறான்)* காந்தராஜ் ஸ்பெஷல் எஃபெக்ட்ஸ். டெலிபோன் டம்மி. பின்னால ஒரு ரூம்லே கனெக்‌ஷன் எடுத்து வெச்சிருந்தோம். அங்கேதான் போலீஸ் ஸ்டேஷன், ஆஸ்பத்திரி, வக்கீல் வீடு, நம்ம வீடு எல்லாம். அவங்க அவங்க பதில் சொன்னாங்க. அப்புறம் டேப் போட்டுக் காமிய்யா. *(சைரன் ஒலி)*

ராவ்: அடப்பாவி!

ஸ்ரீ: இங்கே நடக்கறது எல்லாம் அங்கே கேக்கும்படியா மைக்ரோபோன். ஒவ்வொரு ஆளா அங்கேருந்து தான் அனுப்பிச்சிட்டிருந்தேன். ரெண்டு மாசமா இதை யோசிச்சு வந்திருந்தோம். நீங்க போலீசுக்கு உண்மையா நடந்ததைச் சொல்றபோது, அதுலே வேற ஆங்கில்லே பார்த்தா அப்ஸர்ட் ஆக இருக்கணும். போன வாரம் பேப்பர்ல எல்லாம் டாக்ஸி ஸ்டிரைக் நடக்கப் போறதுன்னு நியூஸ் படிச்சதும் உடனே ஐடியா கிடைச்சுடுத்து, கிருஷ்ணா... *(கிருஷ்ணன் காக்கிச் சட்டையில் வருகிறான்)*. இவன்தான் உங்களை டாக்ஸில கொண்டுவிட்டுட்டு காசு வாங்காமப் போன டாக்ஸி டிரைவர்.

ராவ்: இந்தத் துப்பாக்கி?

ஸ்ரீ: வெத்துத் தோட்டா, காட்டட்டுமா?

ராவ்: வேண்டாம். வேண்டாம்... அப்ப இதுலே எதுதான் நிஜம்?

ஸ்ரீ: நீங்க ஒருத்தர்தான் நிஜம். உங்களைச் சுத்தி நடந்ததெல்லாம் பொய். வயசுப் பொண்ணுங்கன்னா உங்களுக்குக் கொஞ்சம் சபலம் உண்டுங்கறது எனக்குத் தெரியும். அதை வெச்சுண்டு கதை ஆரம்பிச்சது! அப்படியும் அவளுக்கு ஓர் அண்ணன். அவனுக்குப் பொறாமை, அகஸ்மாத்தா ஒரு கொலை... போலீஸ்காரங்க வரது...

இன்ஸ்: சார், நான் கொஞ்சம் ஆக்ரோஷமாப் பேசிட்டேன். மன்னிச்சுக்குங்க சார்.

ராஜு: சார், உங்களைக் கொஞ்சம் அடாபுடான்னு பேசிட்டேன். ஆனா நான் குடிக்கமாட்டேன். இது என் சொந்தத் தங்கை.

ஸ்ரீ: உங்க துப்பாக்கி பத்திரமா வீட்டிலே இருக்கு அப்பா! இந்த செக்கை நீங்களே வெச்சுக்கலாம். நீங்க இந்த செக்கை எழுதினிங்க பாருங்க, அதான் எங்களுக்கு கிளைமாக்ஸ்! நாங்க போட்ட நாடகத்தை முழுக்க நம்பி உயிரைப் புடிச்சுண்டு எழுதினிங்களே, அதான் எங்க வெற்றி. இந்தாங்க, இதை நீங்களே வச்சுக்குங்க. எங்க குரூப்லே இனிமே டிராமா போட்டே சம்பாதிக்கிறோம். இனிமே இதை முழு நாடகமாப் போடலாம். அப்பா! உங்களையும் எங்க குரூப்பிலே சேத்துக் கறோம். நீங்க கூட நல்லாத்தான் செஞ்சீங்க!

ராவ்: அப்ப நான் ஒருத்தரையும் கொல்லலே இல்லையா! அப்பாடா! வெச்சுண்டு தொலை இந்தப் பணத்தை. நிஜமாவே நீ சம்பாதிச்சிருக்கே!

ஸ்ரீ: எல்லாரும் அப்படியே நில்லுங்க! *(இருந்த இடத்தில் எல்லோரும் நின்றுகொண்டிருக்க, ஜனகணமன பின்னணியில் ஒலிக்கிறது).*

(திரை)

- முற்றும் -

பிரயாணம்

பிரயாணம்

கதாபாத்திரங்கள்

(முக்கியமானவர்கள்)

பாலா

பெர்னார்டு

கணபதி ஐயர்

கல்யாணி

சுரேஷ்

லதா

பெரியவர்

கிட்டார் இளைஞன்

முத்து

(சில்லரைப் பாத்திரங்கள்)

லதாவின் அப்பா

பிச்சைக்காரன்

சிறுமி

பல்பொடி விற்பவன்

லாட்டரி டிக்கெட் விற்கும் அவன் தம்பி

பிரயாணம்

(நாடகத்தின் மேடை ஒரு இரண்டாம் வகுப்பு ரெயில் பெட்டி. இரண்டு ஜன்னல்கள். இருபுறங்களும் இரண்டு சீட்டுகள், இரண்டு மேல் பார்த்துகள். பிரவேசம் முழுவதும் பின் வலது, பின் இடது புறங்களில்.)

திரை விலகும்போது போலீஸ் விசில் ஒலி கேட்கிறது. வெளியில் இருந்து ஜன்னல் வழியாக கருகிய நீலவானம் தெரிகிறது. பதுங்கி, குனிந்து இருவர் பிரவேசிக்கின்றனர். பெர்னார்டும், பாலாவும்.

பாலா: பெர்னார்ட், எட்டிப் பாருடா.

பெர்னார்டு: *(ஜாக்கிரதையாக எட்டிப் பார்த்துவிட்டு)* போய்ட்டான் பாலா, நாம இங்க பதுங்கினதைப் பார்க்கலை.

பாலா: சரியாப் பாருடா.

பெர்: வேற எவனையோ துரத்திக்கிட்டு ஓடறான் பாலா. போய்ட்டான். நெருப்புக் குச்சி மாதிரி இருந்துகிட்டு என்ன ஓட்டம் ஓடினான்!

பாலா: எடுறா! பர்ஸை!

பெர்: தன் இடுப்பில் சொருகியிருக்கும் பர்ஸை எடுக்கிறான்.

பாலா: எத்தனை இருக்கு?

பெர்னார்டு எண்ணுகிறான், தடுமாறுகிறான்.

பாலா:	கொடுடா போபாஸி! என்கிட்ட கொடுடா! உனக்கு மூணுக்கு மேலே எண்ண வராதே. (பர்ஸைப் பிடுங்கி எண்ணுகிறான்). மூணு ரூவா பாஞ்சு பைசா, சாமியார் படம், லாட்டரி டிக்கட்டு, காலாவதியானது. (இருவரும் சீட்டில் எதிர் எதிரே உட்காருகிறார்கள்.) டேய் எவனைப் பார்த்துடா பிக்பாக்கெட் அடிச்ச நீ?
பெர்:	நீ தள்ளி விட்டாயே அந்த ஆள்தான் பாலா. சில்க் சட்டை எல்லாம் போட்டுகிட்டிருந்தானே. சோக்காத்தானே இருந்தான்?
பாலா:	பர்ஸ் வைச்சிருக்கறவன் காசு வெச்சிருக்க வேண்டாமா? தேவடியாப் பய, லபோ லபோன்னு கத்தி ஊரைக் கூட்டினான். இந்த மூணு ரூபாய் பாஞ்சு பைசாவுக்காக?
பெர்:	ஆமா பாலா, கத்தினதைப் பார்த்தா நூறு ரூபாயாவது தேறும்னு நினைச்சேன். இரைக்க இரைக்க ஓடினது வேஸ்ட்டு.
பாலா:	சுற்றிப் பார்த்து, சரியான இடம் பார்த்தேடா பதுங் கறதுக்கு, என்னடா இது?
பெர்:	ரெயில் வண்டி பாலா.
பாலா:	இல்லை, ஏரோப்ளேனா? எந்த ஊர் வண்டிடா யார்டுல இழுத்துப் போட்டிருக்கான்?
பெர்:	இது ஐலேண்டு எக்ஸ்பிரஸ்.
பாலா:	எப்படிடா தெரியும்?
பெர்:	எனக்கு இந்த டேசன் பூரா அத்துப்படி. எப்ப எந்த ட்ரெயின் யார்டுல நிற்கும், எப்ப உள்ள போகும் எல்லாம் தெரியும். இந்தப் பேட்டையிலேயே 30 தடவை பிக்பாக்கெட் அடிச்சிருக்கேனே!
பாலா:	எத்தனை தடவை மாட்டிக்கினே.
பெர்:	ஒரே ஒரு தடவை. ...த்தா காட்டன்பேட்டை ராமு இல்லை? காட்டிக் கொடுத்துட்டான். நீ எப்பவானு மாட்டிக்கினு இருக்கயா பாலா?

பாலா: நானா? சீமாண்டா நானு! என்னை எந்தப் போலீஸ் காரனும் தொடமாட்டானுங்க. நான் இப்படிப் போனா நம்ம ஹெட் கான்ஸ்டபிள் அப்படிப் போவாரு. க்ராஸ் பண்ண மாட்டாங்க. பெர்னார்டு, எனக்கு அவசரமா பணம் வேணும்டா.

பெர்: வா பாலா, மெஜிஸ்டிக்லே புதுசா படம் வந்திருக்குது. சரியான கூட்டம் இருக்கும். போய் அடிச்சு கிட்டு வரலாம். எத்தனை வேணும்!

பாலா: முன்னூறு ரூபாய்டா.

பெர்: சரிதான்! என்ன தேதி இன்னிக்கு? ஒருத்தன் கையிலேயும் 300 ரூபாய் இருக்காது. பாங்குக்குப் போக வேண்டியதுதான். ஆமா எதுக்கு முன்னூறு ரூபா?

பாலா: கல்யாணம் செய்துக்கடா...

பெர்: கல்யாணம்? முன்னூறு ரூபால கல்யாணம்?

பாலா: போறும்டா! ரெண்டு குடுமிப் பசங்களைக் கூப்ட்டு மந்திரம் சொல்லி, நாலு பேருக்கு சாப்பாடு போட்டு, அப்புறம் முதலிரவு! எங்க மாமன் மக தாண்டா, ஊர்லே இருக்காடா, காத்துக்கிட்டு இருக்காடா! சிரிச்சா சும்மா கம்பி மத்தாப்பூபோல இருக்கும்.

பெர்: பத்தவைச்சா? அப்புறம்? சொல்லுங்க.

பாலா: கருப்பாதாண்டா இருப்பா, ஆனா நெருப்பா இருப்பாடா.

பெர்: தமிழ்லே விளையாடறீங்களே.

பாலா: (உணர்ச்சியுடன், ஆசையுடன்) மூஞ்சிலே சும்மா இப்படி ஒரு ஜோதி! அவளுக்குப் பரிசம் கொடுத்து கல்யாணம் செஞ்சுக்கணும். எங்கம்மா அவகிட்ட கதை விட்டிருக்கா. மவன், நான்... பங்களூர்லே கலெக்டர் ஆபீசிலே ப்யூன் வேலை பார்க்கிறான். டவாலியெல்லாம் போட்டுக்கிறான். ம்... நான் இங்கே பிக்பாக்கெட் அடிச்சிட்டிருக்கேன்.

முதல் நாடகம் / 61

பெர்: ஏங்க? இந்தத் தொழிலுக்கு என்ன குறைவு?

பாலா: *(கவனிக்காமல்)* ராணிடா அவ பேரு. *(நேர்ப் பார்வை)* ராணி! ராணி! இதப்பார் பாலா வந்திருக் கேன். பரிசம் போட்டு உன்னைக் கட்டிக்கிட்டுப் போக வந்திருக்கேன். வா! ராணி! வா...

பெர்: என்ன பாலா? நான் பெர்னார்டு!

பாலா: நடக்காதுடா! பணம் வேணும்டா. நான் பிக்பாக்கெட்னு தெரிஞ்சா என்னைத் திரும்பிக்கூட பார்க்க மாட்டாடா!

பெர்: நீங்க கழுத்திலேந்து கைக்குட்டையை எடுத்துட்டா ஒருத்தரும் உங்களை பிக்பாக்கிட்டுனு சொல்ல மாட்டான். உங்களுக்கென்ன, சும்மா எம்.ஜி.ஆர் மாதிரி இருக்கீங்க.

பாலா: கங்காளம்மன் கோயிலுக்குப் போகும் பார்றா... காலணா அகலம் குங்குமம் வெச்சிகிட்டு, தாழம்பூ வெச்சுகிட்டு, சிவப்பிலே, பச்சைலே காங்கிரஸ் கொடி மாதிரி ஒரு புடைவை கட்டிக்கிட்டு, சிலுக் சிலுக் சிலுக்குனு கொலுசு பேசிக்கினு வரும்டா... இடுப்பிலே மண்பானை.

பெர்: ரவிக்கை கிடையாதா!

பாலா: சிலுக் சிலுக் சிலுக் சிலுக். *(வண்டி குலுங்கும் சப்தம். பாலா விழப்போகிறான்.)* என்னடா இது? வண்டி கிளம்புது...

பெர்: *(எட்டிப் பார்த்து)* பிளாட்பாரத்திலே கொண்டு விடப் போறாங்க.

பாலா: அங்கிருந்து எங்கே போகும்?

பெர்: சேலம், ஈரோடு, கோயம்புத்தூரு, இந்த லைன்லே நான் பங்காருப்பேட்டை வரைக்கும் எத்தனை தடவை போயிருக்கேன்!

பாலா: சேலம் போகுமாடா இது? அங்கேதாண்டா என் ராணி இருக்கா! டேய் சேலம் போகலாம் வாடா, இதுலேயே போயிரலாம்!

பெர்: இல்லை பாலண்ணே, எனக்கு ஜோலி இருக்குது.

பாலா: கவாலி கொட்டாய்லே போய் திருட்டு டிக்கட் விக்கணுமா? என்னடா ஜோலி?

பெர்: ஒரு பெரிய மன்ஸன் என்னை வரச் சொல்லியிருக் கான்!

பாலா: பெரிய மன்ஸனா! நான் சேலம் போகப் போறேண்டா.

பெர்: இதிலேயே போய்ரலாம். தாராளமா போய்ட்டு வாங்க, நம்ம ரெயிலு! நீங்களும் கொஞ்சம் மஸ்தா இருக்கீங்க! லேகியம் சாப்பிட்டாப்பிலே போய்ட்டு வாங்க. போய்ட்டு உங்க மாமன் மகளை கொஞ்சம் அப்படி கவனிச்சுகிட்டு சகிண் ஷோ காட்டிட்டு... ஆமா டிக்கட்டு?

பாலா: டிக்கட் எதுக்குடா?

பெர்: இல்லை பாலா, இப்ப எல்லாம் செக்கிங்கு ஜாஸ்தி இருக்கு. அப்படித்தான் போன வாரம் பங்கார் பேட்டையில வெள்ளறிக்காய் வித்துக்கினே ஏறினேன், டீட்டி தேவடியாப் பய.

பாலா: சேலம் போய், அம்மாப்பேட்டை போய் எங்கம்மா கிட்ட பணத்தைக் கொடுத்துட்டு, ராணிகிட்ட போய் அப்படி கன்னத்தைத் தட்டி - பணம்தான் இல்லியே!

பெர்: பணத்துக்கு என்ன! பாஸஞ்சருங்க வராங்களே, அட்ஜஸ்ட்டு பண்ணிக்கிட்டாப் போச்சு! எவனாவது குடுமி அகப்பட மாட்டான்?

பாலா: *(வெளியே எட்டிப் பார்த்து)* பிளாட்பாரம் வந்திருச்சு. நீ ஒரு வேலை செய். ஒரு பிளாட்பாரம் டிக்கட் மட்டும் வாங்கிட்டு வந்துடு... இந்தா எட்டணா. *(கிளம்பினவனை மறுபடி கூப்பிட்டு)* இந்தா, ஒண்ணரை ரூபாய் உன் பங்கு.

பெர்: இல்லீங்க நீங்க வைச்சுக்கங்க. பிரயாணத்துக்குத் தேவைப்படும்.

பாலா: நான் பார்த்துக்கிறேண்டா, கஷ்டப்பட்டு சம்பாரிச் சிருக்கே, வாங்கிக்க.

பெர்னார்டு அதைக் கண்ணில் ஒத்திக்கொண்டு, போணி என்று சொல்லிவிட்டுக் கிளம்புகிறான். பின்னணியில் பிளாட்பாரம் சப்தங்கள் எழ ஜன்னலுக்கு வெளியே வெளிச்சம் பரவுகிறது.

கணபதிஐயர்: *(தலைமட்டும் ஜன்னல் வழியாக எட்டிப் பார்த்து)* இங்கே காலியா இருக்கு கல்யாணி, சுரேஷ், ஓடிவா! ஓடிவா! சார்... இந்தத் துண்டைக் கொஞ்சம் இப்படி மேலே போட்டுடறேளா சார்? *(என்கிறார் பாலாவிடம்.)*

பாலா: அதுக்கென்ன! *(வாங்கிக்கொள்கிறான்.)*

பின்னணியில், 'முதல் பிளாட்பாரத்தில் நிற்கும் வண்டி, சேலம், ஈரோடு மார்க்கமாகக் கொச்சினுக்குப் போகும் ஐலண்டு எக்ஸ்பிரஸ்' என்கிறது ஒலி பெருக்கி. ஒரு போர்ட்டர், இரண்டு பெட்டி, ஒரு பை, ஒரு பிரம்புக் கூடை, குடை, படுக்கை இவற்றுடன் வந்து இறக்கி மேலே அடுக்குகிறான். இதைப் பிடியுங்க என்கிறான் பாலாவிடம். ஒரு சிறுவன் ஓடிவந்து ஜன்னல் அருகே இடம் பிடித்து உட்காருகிறான். வெளியே பார்க்கிறான். தொடர்ந்து கணபதி ஐயரும் மனைவி கல்யாணியும் வருகிறார்கள். கணபதி ஐயர் கிராப்புக் குடுமி வைத்திருக்கிறார். திருநீற்றுக் கீற்று நெற்றியில். கல்யாணி கையில் ஆனந்தவிகடன், கூஜா, ஜாதிக்கட்டு, ஐயர் கையில் வெற்றிலைப்பாக்குப் பெட்டி, கதர் சட்டை, வேட்டி.

கல்யாணி: கூட்டமே இல்லையே, ஏன் இப்படி இரைக்க இரைக்க ஓடி வந்தேள்? *(பாலாவைப் பார்த்து தலைப்பைப் போர்த்திக்கொள்கிறாள்.)*

சிறுவன்: *(பாலாவிடம் வந்து தன் கையில் இருக்கும் காமிக்கைக் கொடுத்து)* இந்தா, நான் படிச்சாச்சு.

கல்யாணி: *(அதட்டலுடன்)* டேய் சுரேஷ்!

கண: உக்காந்துக்கோ முதல்லே. ஒரு ஜமக்காளம் குடு, போட்டுடலாம். அப்புறம் புளிமூட்டை மாதிரி வந்துடுவா.

கல்: ஜமக்காளமும் இல்லை. கிமக்காளமும் இல்லே.

போர்ட்டர்: சாமான் எல்லாம் எண்ணிக்கிங்க!

கண: எத்தனை சாமாண்டி?

கல்: உங்களையும் சேர்த்து ஏழு.

கண: *(விரலால் வேகமாக எண்ணிப் பார்த்துவிட்டு)* எத்தனைடா?

போர்: போட்டுக் குடுங்க சாமி.

கணபதி பர்ஸில் இருந்து ஒரு நாணயத்தை எடுத்துக் கொடுக்கிறான்.

போர்: *(அதை நம்ப முடியாமல் பார்த்து)* என்ன சாமி இது!

கண: என்ன? எட்டணா.

போர்: இத்தனை பளுவுக்கு எட்டணாவா சாமி?

கண: இந்தா, இன்னும் பத்து பைசா வெச்சிக்கோடா.

போர்: *(அவரை நிதானமாக முறைக்கிறான்)* என்னா சாமி லவுட் ஸ்பீக்கர்லே சொல்றாங்க தலைச்சுமைக்கு ரூபா ஒண்ணுன்னு. எவ்வளவு தூக்கிட்டு வந்தேன், தலைலே, இடுப்பிலே, கக்கத்திலே, கையிலே! போட்டுக் கொடு சாமி! அம்மா நீங்க சொல்லுங் கம்மா!

கல்: நீங்க எத்தனை கொடுத்தேள்?

கண: அறுபது பைசா!

கல்: அதுவே ஜாஸ்தி, போப்பா! தகறாரு பண்ணாம வாங்கிண்டு போ! *(பூ வைத்துக்கொள்கிறாள்.)*

போர்: என்னம்மா, நீங்களே இப்படிச் சொல்றீங்களே! அரிசி என்ன விலை விக்கறது?

கல்: கிலோ இரண்டரை ரூபாய். விலை இறங்கிப் போச்சே!

போர்: இந்தாங்க, நீங்களே வெச்சுக்குங்க. எனக்கு வேண் டாம்.

கண: தா... *(வாங்கிக் கொள்ளக் கை நீட்டுகிறார்.)*

போர்: *(முறைத்து)* யோவ், உங்க ஜாதிப் புத்தியைக் காட்றியே!

கண: என்னது! ஜாதி கீதின்னு பேசினா பல்லைப் பேத்துடுவேன் ராஸ்கல்!

போர்: பேத்துருவியாய்யா!

கண: பேத்துடுவேண்டா!

போர்: பேத்துடுவியா?

கண: நீ கேட்டதெல்லாம் கொடுக்கறதுக்கு நாங்க என்ன நோட்டு அச்சடிக்கிறோமோ?

போர்: அடிச்சாலும் அடிப்பீங்க.

கல்: அய்யோ! அய்யோ! அவனோட உங்களுக்கு என்னன்னா தகராறு! பேசாம இன்னும் பத்து பைசா கொடுத்தனுப்புங்களேன்.

போர்: பத்து பைசாவுக்கு மேலே காசே கிடையாதா உங்களுக்கு? த்...தூ, ஏழைங்க வயத்திலே அடிக் கிறீங்களே!

சிறு: அப்பா, மசால் வடை போறதுப்பா!

கண: இருடா.

போர்: நீ இப்ப மூணு ரூபாய் கொடுக்கப் போறயா இல்லையா அய்யரே?

கண: முடியாதுடா!

போர்: முடியாது?

கண: முடியாது.

போர்ட்டர் அவன் கையைப் பிடிக்க...

கண: அய்யய்யோ! கழுத்தைப் பிடிக்கிறான்! ஏய்!

பாலா: *(எழுந்து)* டேய்.

போர்: என்ன?

பாலா: கையை விடுறா. என்னடா தகறார் பண்றே? பெரிய மன்ஸன் கொடுக்கறதை வாங்கிட்டுப் போகாம...

கண: சொல்லுங்க சார். *(தைரியம் வந்து)* கையைப் பிடிக்கிறியா, உன்னை நெரிக்கறதுக்கு எத்தனை நாழியாகும்? *(குரல் உயர்கிறது)* கபர்தார்! டி.ஐ.ஜி.

	ஆப் போலீஸ் எங்க மாமா-தாத்தா மாப்பிள்ளை! கையைச் சொடக்கினா கூட்டிண்டு வந்திடுவேன். பாருங்கோ சார், இந்த ஃபெல்லோ...
பாலா:	அதெல்லாம் வேண்டாம். நீங்க கோவிச்சுக்காதிங்க. உக்காருங்க. ஒரு ரூபா குடுங்க... போனாப் போறான். சாக்கடை பாஷையெல்லாம் பேசுவான்.
கண:	அதான் நான் அப்பவே குடுக்கறேன்னேனே, வல்லார ஒழி, அடிக்க வரான்!
போர்:	ஏய்!
பாலா:	ஏய்!

கணபதி ஒரு ரூபாய் எடுத்துக் கொடுக்கிறான்.

போர்:	என்னது, ஒரு ரூபாயா!
பாலா:	போய்ட்டுப் போறான், நீங்க உக்காருங்க.
போர்:	இன்னிக்கு நான் யார் மூஞ்சிலே முழுச்சேனோ? இவன் ஒத்தன் வந்து சேர்ந்தான் பாரு?
பாலா:	டேய்! வாங்கிட்டுப் போடா! எலும்பை எண்ணிடுவேன்.

போர்ட்டர் முறைத்து, துண்டை உதறிவிட்டுச் செல்கிறான்.

கண:	என்ன பண்றது? இவா ராஜ்யமாப் போயிடுத்து.
கல்:	எப்பப் பார்த்தாலும் உங்களுக்கு போர்ட்டரோட சண்டை! அப்படித்தான் பாருங்கோ, விருத்தா சலத்திலே ஒரு தடவை போர்ட்டர் சவுக்கத்தைக் கழுத்திலே மாட்டித் தட்டாமாலை ஆடிப்பிட்டான் இவரை!
கண:	சரி, சரி! ஏய் சுரேஷ்! படுத்துண்டுரு. அப்புறம் நிறையப் பேர் வந்துடுவா. நீகூட காலை நீட்டிண்டு உட்கார்ந்துடு, இல்லை நீயும் படுத்துண்டுடேன்!
கல்:	இப்பவேவா! சிரிப்பா! (ஒரு பெரியவர் வந்து தன் பையை வைத்துவிட்டு மேலே இருக்கும் துண்டைக் காட்டி) சார், இந்தத் துண்டு யாருது?

கண:	தெரியலையே? யாரோ ஒருத்தர் போட்டு வைச்சிருக்கா. நீங்க உக்காருங்கோ, ஏகப்பட்ட இடம் இருக்கே?

(ஒரு இளம் பெண் சட்டை, பேண்ட் போட்டுக்கொண்டு வரு கிறாள். அவளுடன் அவள் அப்பா. கல்யாணி அவளை வெறுப் புடன் பார்த்து காலை நீட்டிக் கொள்கிறாள்.)

பெண்:	எக்ஸ்க்யூஸ் மி!
கண:	மீ?
பெண்:	ஈஸ் இட் எ ரிசர்வ்ட் கம்பார்ட்மெண்ட்?
கண:	நோ போலிருக்கு.
பெரியவர்:	அம்மா...கொஞ்சம் காலை எடுத்துக்கோ... இந்தப் பெண் உட்காரட்டும்.
	கல்யாணி ஓரத்தில் இடம் கொடுக்கிறாள்.
பெண்ணின் அப்பா:	சார், நீங்க எதுவரைக்கும் போறீங்க?
கண:	கோயமுத்தூர்.
அப்பா:	இது என் டாட்டர்.
பெண்:	ஹாய்!
அப்பா:	கோயமுத்தூர் வரைக்கும் போறது. கொஞ்சம் பார்த்துக்கிறீங்களா? தனியாப் போறா.
கண:	டாட்டரா, கவலைப்படாதீங்க. நான் டாட்டர் மாதிரி பாத்துக்கறேன். சரியா உக்காந்துக்கம்மா. எடம் கொடுடீ.
	கல்யாணி அவளை முறைக்கிறாள்.
அப்பா:	லதா நான் போய்ட்டு வரட்டுமா?
பெண்:	No daddy. Stay on yaar. What is the hurry? இன்னம் டிரெயின் கிளம்பறதுக்கு நிறைய டைம் இருக்கு டாடி.
அப்பா:	இல்லையம்மா.
பெண்:	சிட் டவுன், ரிலாக்ஸ்.

அப்பா ஓரத்தில் உட்காருகிறார். அடிக்கடி கடிகாரத்தைப் பார்த்துக் கொள்கிறார். திருதிருவென்று விழிக்கிறார்.

லதா: ஓகே, ஓகே, பார் மூடிடுவாங்க. உங்களுக்கு நாழி ஆயிடுச்சு. நீங்க கிளம்புங்க.

அப்பா: இல்லை லதா, இருக்கேன். வண்டி புறப்பட்டப் புறம் போறேன்.

லதா: இல்லையப்பா, நீங்க போய்ட்டு வாங்க. இவங்கள் ளாம் இருக்காங்க. Hello! Sweet boy! Do you want a chocolate? *(அப்பாவைக் கவனிப்பதில்லை.)*

அப்பா: *(சற்று நேரம் திருதிருவென்று விழித்துவிட்டு)* பை லதா! *(என்று கிளம்புகிறார்.)*

லதா: பை டாடி! *(தன் தண்ணைத் துடைத்துக்கொண்டு புத்தகத்தால் மறைத்துக்கொள்கிறாள்.)*

பெரியவர்: *முருகா!*

கண: *சார், நீங்க எதுவரைக்கும் போகணும்!*

பாலா: *நானா? சேலம்.*

கண: *நாங்க கோயமுத்தூர் வரைக்கும் போகணும்! மச்சினி கல்யாணம்.*

லதா குட்டி டிரான்ஸிஸ்டரை காதருகே வைத்துக் கேட்கிறாள்.

கண: ம்... ஆமாம், ரொம்ப ஒத்தாசை நீங்க. அந்த போர்ட்டர் குரல்வளையைப் பிடிச்சுட்டான்! செவிட்டிலே ஒண்ணு பளார்னு விட்டிருப்பேன். எதுக்கு இந்தப் பயல்கிட்ட எல்லாம் வம்புன்னு விட்டுட்டேன். சோசலிஸ்ட் சர்க்கார் வந்ததும் எல்லாம் அராத்தாப் போய்டுத்து. வெத்தலை போடறேளா சார்?

பாலா: பழக்கமில்லை.

கண: பெங்களூர்லே எங்க இருக்கேள்? *(வெற்றிலை போடுகிறான்.)*

பாலா: முனிரெட்டிப்பாளையம்.

கண: மாசச் சம்பளமா?

பாலா: அப்படீன்னு சொல்ல முடியாது.

கண: புரியறது, பிஷினஷ் மாதிரி.

பாலா: ம்ம்.

கண: என்ன வேழ்மை? ... நல்ல சம்பாஷ்யம் வருமா?

கல்: ஒண்ணு, எச்சிலை முழுங்கிட்டுப் பேசுங்கோ, இல்லைன்னா துப்பிட்டுப் பேசுங்கோ.

கணபதி, துப்பிட்டு வரேன் என்ற சைகை காட்டுகிறான்.

கல்: பாத்துத் துப்புங்கோ. இந்த மாதிரித்தான் பட்டுக்கோட்டைல ஒரு போலீஸ்காரன்மேலே துப்பிட்டார். அவன் அழைச்சிண்டு போய்ட்டான்.

கண: (ஸ்பஷ்டமாக) நான் கேட்டது, என்ன வேலை, நல்ல சம்பாத்யம் வருமா.

பாலா: வரும்! சில நாள் நிறைய வரும். சில நாள் குறைச்சலா! மூணு ரூபாய் பாஞ்சு பைசா.

கண: சொந்த பிஸினஸ் போல இருக்கு.

பாலா: இல்லை... பார்ட்னர்ஷிப்பு.

கண: லீவு கீவு வேணும்னா?

பாலா: அப்பப்போ எடுத்துக்கலாம். ரெண்டு மாசம், மூணு மாசம், ஆறு மாசம்!

கண: எனக்குப் பாருங்கோ... மச்சினி கல்யாணத்துக்கு லீவு குடுக்க மாட்டேன்னுட்டான். எங்க மேனேஜர்! அவனுக்கு மட்டும் பாருங்கோ, மருமாளுக்கு சாந்தி கல்யாணம், லீவு எடுத்துண்டு ஓடறான்.

பாலா சிரிக்கிறான்.

கல்: ஏண்டியம்மா! உன் பேரென்ன?

லதா: லதா.

கல்: நீ எத்தனாவது படிக்கிறே!

லதா: பி.ஏ.

கண: நம்ம விச்சுகூட பி.ஏ.தானே படிக்கிறான்!

கல்:	இப்ப வந்தது உங்க அப்பாவா?
லதா:	எஸ், ஆண்ட்டி!
கல்:	அம்மா வல்லியா?
லதா:	அம்மா இல்லே.
கல்:	ஏன் சீக்கிரம் கிளம்பிட்டார் உங்க அப்பா?
லதா:	அவருக்கு எத்தனையோ வேலை!
கல்:	நீங்கள்ளாம் பிராமின்ஸ்தானே?
லதா:	எங்க அம்மா பிராமின், அப்பா கிறிஸ்டியன்.
கல்:	அப்போ நீ சர்ச்சுக்குப் போறியா, கோவிலுக்குப் போறியா?
லதா:	சினிமாவுக்குப் போறேன். அவ்வளவுதான் ஆண்ட்டி!
கல்:	கோயமுத்தூர்ல யார் இருக்கா?
லதா:	தனியாத்தான் இருக்கேன். ஆஸ்டல்லே.
கல்:	இது பாத்தியா? (கணவனைப் பார்க்கிறாள்.)
கண:	பொம்மனாட்டி எல்லாம் இப்ப எவ்வளவோ தைரியமா இருக்கா! சுருட்டுகூடக் குடிக்கிறா.
கல்:	ஏதாவது ஒண்ணு கிடக்க ஒண்ணு உளராதீங்கோ! ஏன், நீ பெங்களூர்லயே படிக்கக் கூடாதோ!
லதா:	சித்தி வேணாம்னுட்டா!
கல்:	சித்தி வேறயா? புரிஞ்சு போச்சு! வயசுப் பொண்ணை வெச்சுண்டு மறு கல்யாணம் பண்ணிண்டிருக்கான்! இதை அன்பா வெச்சுக்கத் தெரியலை.
லதா:	ஆண்ட்டி ப்ளீஸ்! (ஜன்னலில் தலையைக் கவிழ்த்துக் கொள்கிறாள்.)
பெரியவர்:	அம்மா! அந்தப் பெண்ணை ஏன் தொண தொணக் கிறீங்க!
கண:	சும்மா இரேண்டி.
கல்:	நான் என்ன செஞ்சேன். ஏண்டியம்மா.
கண:	ஏம்மா அழறியா?

முதல் நாடகம் / 71

லதா:	*(சுதாரித்துக் கொண்டு, கண்ணீருக்கு இடையில் சிரித்துக் கொண்டே)* ஆண்ட்டி, எங்க சித்தி ஒரு பெங்காலி.
கண:	என்ன இது, நேஷனல் இன்ட்டகிரேஷனா இருக்கே...
பெரி:	இந்தக் காலத்திலே அந்தப் பாகுபாடு எல்லாம் யார் பார்க்கறாங்க சார்.
கண:	பெரியவரே, நீங்க எங்கே போறீங்க?
பெரி:	ஈரோடு.
கண:	சாமியாரா?
பெரி:	என்னைப் பார்த்தா அப்படியா தெரியுது?
கண:	நல்ல தாடி கச்சிதமா வைச்சிருக்கீங்க. கழுத்திலே கொட்டைப்பாக்கு மாலை. அதான் கேட்டேன். கோவிச்சுக்காதீங்க.
பெரி:	ஒரு விதத்திலே நான் பற்றற்றவன். திருவாசகத்திலே...
சிறுவன்:	அப்பா, அப்பா, மசால் வடைப்பா, மறுபடியும் போறதுப்பா.
கல்:	என்னடா எலி மாதிரி பிடுங்கறே. மசால்வடையும் கிசால்வடையும் தின்னா பேதி பிடுங்கிக்கும். அதுவும் ஸ்டேஷன்லே இஞ்சினுக்குப் போடற ஆயில்லே பண்ணியிருப்பான்.
கண:	குழந்தை கேக்கறான், வாங்கிக் குடுத்துடேன்.
கல்:	ஏன்? உங்களுக்குச் சாப்பிடணும் போல இருக்கா?
பெர்னார்டு:	*(உள்ளே நுழைந்து)* பாலா உங்க டிக்கட்.

பாலா அதை மறைத்து வாங்கி, சட்டைப்பைக்குள் போட்டுக் கொள்கிறான். இருவரும் ரகசியமாகப் பேசிக்கொள்கிறார்கள்.

பெர்னார்டு: அப்ப நான் போய் வர்றேன்.

பாலா:	பத்தாயிரத்துக்கு முடிச்சுடு. எனக்கு டிரங்கால் போட்டுடு என்ன?

பெர்னார்டு: *(புரியாமல் விழித்து)* சரி அண்ணே.

பாலா: போயிட்டு வாடா *(பெர்னார்டு போகிறான்.)* *(கணபதியைப் பார்த்து)* நம்ம மேனேஜர்.

கல்: ஏன்னா! சாமான்களை எல்லாம் சரியா எண்ணி வெச்சேளா? அந்த வெள்ளைப் பை எங்கே? *(தேடுகிறாள். சமாதானம் ஆகிறாள்.)*

கண: எல்லாம் சரியாத்தாண்டி இருக்கு. அதான் என்னையும் சேர்த்து லிஸ்டு போட்டு வெச்சுட்டயே!

கல்: டிரங்க் பெட்டி?

கண: இருக்கு.

கல்: படுக்கை?

கண: இருக்கு.

கல்: கூஜா, குடை, பெரப்பங்கூடை, கறுப்புப் பெட்டி?

கண: கூஜா இருக்கு, குடை இருக்கு, பெரப்பங்கூடை இருக்கு.

கல்: கறுப்புப் பெட்டி?

கண: எந்தக் கறுப்புப் பெட்டி?

கல்: சின்னதுன்னா! கல்கட்டாவிலே வாங்கினது.

கண: இங்கேதானே இருந்தது.

கல்: *(தேடிப் பார்த்து)* இல்லியே!

கண: மேலே இருக்கும்.

கல்: என்ன? என்னை மேலே ஏறச் சொல்றேளா?

கண: உன்னை யார்றீ மேலே ஏறச் சொல்றா? சார் கொஞ்சம் ஒத்திக்கோங்கோ. *(பெஞ்சி மேலே ஏறி எட்டிப் பார்த்து பெரியவரின் பெட்டியை எடுத்து)* இதானே?

பெரி: அ! அ! அது என்னதுங்க...

கல்: பின்ன எங்கே அந்தக் கறுப்புப் பெட்டி?

சிறுவன்: (குதிக்கிறான். கைதட்டிக் கொண்டு) ஹய்யா கறுப்புப் பெட்டி காணோம்! கறுப்புப் பெட்டி இல்லை.

கண: சும்மா இருடா! செவிட்டிலே அறைவேன். எங்கேடி போச்சு? போர்ட்டர் போற போக்கிலே தகறார்லே எடுத்துண்டு போய்ட்டானா? இல்லியே. ரெண்டு கையையும் ஆட்டிண்டுதானே போனான். ஞாபகம் இருக்கே? அவன்கிட்டே அதைக் குடுக்கலையே நான்.

கல்: நீங்கதானே கையிலே வெச்சிண்டிருந்தேள்?

கண: டிக்கட் வாங்கறபோது (யோசித்து) கைலதான் வெச்சிண்டிருந்தேன். (யோசித்து) உங்கிட்ட தாண்டி கொடுத்தேன்.

கல்: அச்சச்சோ எங்கிட்ட குடுக்கவே இல்லை. எங்கிட்ட தான் ஒரு கைல கூஜா இருந்தது. இன்னொரு கைல சுரேஷ்.

சிறுவன்: (மெதுவாக, நிதானமாக) அம்மா... அப்பா வந்து டிக்கெட் வாங்கறபோது கறுப்புப் பெட்டியை பக்கத்திலே வெச்சுட்டு வாங்கினாம்மா. நான் பார்த்தேன்.

கண: பாத்தே! இன்னும் கோயமுத்தூர் வந்தப்புறம் சொல்லு! ஆமா, அதை டிக்கட் கவுண்டர் பக்கத்திலே வெச்சேன்.

கல்: டிக்கெட்டு வாங்கினதும் அதை மறந்துட்டு வெச்சுட்டு வந்திருப்பேள்! தெரியுமே. உங்க சமா சாரம்! அரை வேட்டி நழுவினதே தெரியாதே உங்களுக்கு. யாராவது போனா ஆ...ன்னு பாத்துண்டு இருப்பேள்.

கண: இப்ப என்னடி செய்யறது. பணமெல்லாம் அதுலே தானே இருக்கு!

பாலா நிமிர்கிறான். மற்றவர்கள் கவனமும் கணபதிமேல்.

கல்: அய்யய்யோ, பணத்தை அதிலே வெச்சிருக்கேளா? இடுப்பிலே பெல்ட்டிலே வெச்சுக்கோங்கோன்னு சொன்னேனே!

பின்னணியில்

அறிவிப்பு: கொச்சினுக்குப் போகும் ஐலண்டு எக்ஸ்பிரஸ் இன்னும் சில நிமிடங்களில் முதல் ப்ளாட் பாரத்திலிருந்து புறப்படும்.

கண: அய்யய்யோ, வண்டி புறப்படப் போறதுபோலே இருக்கே; இப்ப என்ன செய்வேன்?

பாலா: இன்னும் டைம் இருக்கு. ஓடிப்போய் எங்கே வெச்சீங்களோ அங்கே பார்த்துட்டு வாங்கோ.

கல்: நான் அப்பவே சொன்னேனே, கேட்டேளா?

கண: இருடி! இப்பத்தான் தர்க்கம் பண்ணு!

பாலா: சார்! நீங்க கவலைப்படாம போங்க! உங்களை விட்டுட்டு ரயில் போயிடுமா பார்க்கறேன்! போங்க போங்க.

கண: செத்த இரு, நான் போய் பார்த்துட்டு வந்துடறேன். போய்டாதே?

கல்: நான் எங்கே போறேன். ரயில் கிளம்பிடுமே, சீக்கிரம் போய்ட்டு பார்த்துட்டு வந்துடுங்கோ. *(போகிறான்.)* கிளம்பரதுக்குள்ளே வந்துடுவாரா?

பாலா: கவலைப்படாதீங்கம்மா. நான் சங்கிலியைப் பிடிச்சு இழுத்துடறேன். இந்த மாதிரி சந்தர்ப்பங்களுக்குத் தானே சங்கிலி வைச்சிருக்கான்.

சிறுவன்: எந்தச் சங்கிலி?

கல்: உன் தலை, எச்சக்கலை நாயே, அப்பவே சொல்ற துக்கு என்ன? ரயில் கிளம்பினப்புறம் சொல்றயே! *(எட்டிப் பார்த்து)* குதிகால் முகுகில் படறாப் போலே தலை தெறிக்க ஓடுறார்.

சிறுவன்: அப்பா ஓடறா அப்பா ஓடறா.

மணி அடிக்கிறது.

கல்: மணி அடிச்சுட்டாளே.

லதா: எதிர்தாப்புலதான் இருக்கு டிக்கெட் கவுண்டர். அங்கிள் வந்துடுவார். கவலைப்படாதீங்க ஆண்ட்டீ.

கல்:	அங்கே பெட்டி இருக்கிறது என்ன நிச்சயம்?
பெரி:	கவலைப்படாதீங்கம்மா, முருகனை நினைச்சுக் குங்க. பெட்டி நிச்சயம் கிடைக்கும்.
சிறுவன்:	முருகன் யாரு?
லதா:	காட்.
சிறுவன்:	காடுனா உம்மாச்சிதானே!
லதா:	*(சிரித்து)* ஆமாம், ஹௌ ஸ்வீட்?
கல்:	*(ஜன்னலையே கவலையுடன் பார்த்துக் கொண்டிருக் கிறாள்.)* கிளம்பப் போறது போலிருக்கே? பச்சை விளக்கை ஆட்டறானே?
சிறுவன்:	*(பெஞ்சிமேலே நின்று)* சங்கிலியை நான் இழுக்கட்டுமா?
பாலா:	இருப்பா. *(லதாவிடம்)* இந்தப் பையனை கொஞ்சம் பார்த்துக்கம்மா.
கல்யாணி:	அந்தப் பெட்டி போயிடுத்து! *(கார்டின் விசில்)* நகர்றதே நகர்றதே...
பாலா:	*(எட்டிப் பார்த்து)* வரார்.
கல்:	வரார், வரார், ஓடி வாங்கோ, ஓடி வாங்கோ.
பாலா:	வந்துட்டார். பார்த்தீங்களா? சும்மா பிருந்தாவன் எக்ஸ்பிரஸ் மாதிரி *(வாயில்புறம் மறைந்து)* மெள்ள மெள்ள ஓவ் ஓவ்!

கணபதி வந்து பொத் என்று சீட்டில் உட்கார்ந்து பெரிதாக வாயால் மூச்சு விடுகிறார்.

| கல்: | பொட்டி? |

கணபதி காட்டுகிறார்.

| கல்: | கிடைச்சிடுத்தா? |

கணபதி மறுபடியும் காட்டி முறைக்கிறார்.

| கல்: | ஏன்னா இரைக்கிறதா? |

கணபதி தண்ணி என்று சைகை காட்டுகிறார்.

கல்யாணி கூஜாவில் தண்ணீர் எடுத்துக் கொடுக்க, அதை அப்படியே மடக்கென்று குடிக்கிறார். இன்னும் இரைக்கிறது.

கல்: பொட்டி அங்கேயே இருந்ததா?

கண: பொ...பொ...ஐச்சுடுத்து.

கல்: எங்கே இருந்தது?

கண: ங்கே....ச்சுட்டு...ந்தேனொ....ங்கேயே....ர்ந்து, தண்ணி குடேண்டி... முண்டமே!

கல்யாணி மறுபடி தண்ணீர் கொடுக்க... அதையும் வேகமாக முழுங்குகிறார்.

பெரி: பார்த்தீங்களாம்மா, நான் சொல்லலை? முருகன் மேலே பாரத்தைப் போட்டுடுங்கோன்னேனே, கலியுக தெய்வம்மா அவன்.

கல்: போறது போங்கோ, எனக்கு எங்கேயாவது கைகால் ரயில்லே மாட்டிண்டுடப் போறதேன்னு! எனக்கு திக்கு திக்குன்னுது! எதுக்காகன்னா இதெல்லாம்? ஓடிப்பிடிச்சு விளையாடற வயசா இது?

கண: பெட்டி கிடைச்சுதே, சந்தோஷப் பட்டுக்கோ.

பாலா: பெட்டியில எல்லாம் சரியா இருக்கான்னு பார்த் துடுங்கோ சார்.

பெரி: சரியாத்தான் இருக்கும். முருகன் பெட்டியில்லையா இது.

கண: பெரியவரே. நீங்க சொன்னமாதிரி முருகன் அருள் தான் இது. அந்த இடத்திலே சுமார் 500 பேராவது வந்து போயிருப்பா. ஒத்தன் தொடலையே! டிக்கெட் கவுண்டருக்குப் பக்கத்திலேயே அப்படியே வெச்சது வெச்சபடி இருக்கு.

கல்: திருப்பதி பெருமாளுக்குக் காசு முடிஞ்சு வைக்க ணும்.

சிறுவன்: அப்பா, அங்கே திருடன் வல்லியாப்பா.

கண: இல்லேடா கண்ணா!

சிறுவன்: அப்பா, நீ ஓடினது ஃபன்னியாக இருந்ததுப்பா.

கண: இந்தக் குட்டிப் பிசாசை மேலே அனுப்பு.

கல்: சுரேஷ் வாடா இங்கே.

கண: பெரியவரே, இன்னிக்கு எனக்கு அதிர்ஷ்ட தினம். என் மாசச் சம்பளம் பூரா அதிலேதான் இருக்கு.

பெரி: அதிர்ஷ்டம் இல்லை. அதுக்குப் பேர் முருகன் அருள். மகாலட்சுமி மாதிரி உங்க மனைவியின் பூஜா பலன். *(கல்யாணி வெட்கப்படுகிறாள்.)*

கண: சம்பளம் பூரா பெட்டியோட போயிருந்தா என்ன கதி? நாம எல்லாம் அன்றாடங்காச்சிகள்தானே.

பாலா: சார், இதெல்லாம் எரெஞ்சு பேசாதீங்க. எவனாவது கேட்டு வைக்கப் போறான். எதுக்கும் இந்த மாதிரி பப்ளிக்கான இடத்திலே சாக்ரதையா இருக்கணும்.

கல்: அதானே, எப்பவும் எதுவும் இவருக்கு அஜாக் கிரதை. பணத்தை ஜாக்கிரதையா வெச்சுக் கோங்கோ, பாதி பாதியாப் பிரிச்சு வெச்சுக்கோங் கோன்னு எப்பவும் சொல்லுவேன்.

கண: இவ சொல்லித்தான் கல்கட்டாவிலே ஒரு தடவை பணத்தை பாதி பாதியாப் பிரிச்சு பேண்ட்லே ... அப்ப எல்லாம் நான் பேண்ட்டு ... இந்த பாக்கட்லே பாதி, அந்தப் பாக்கெட்லே பாதின்னு வெச்சுண் டேன். என்ன ஆச்சு?

சிறுவன்: ரெண்டு பாக்கெட்லேயும் பிக்பாக்கட் அடிச்சுட் டான். *(சிரிக்கிறார்கள்.)*

பெரி: ஆனா ஒண்ணுமட்டும் வெச்சுக்கோங்க. நல்ல வழி யிலே கஷ்டப்பட்டு சம்பாதிச்சது தொலையாது.

கண: நீங்க எப்படி சொல்றேள்?

பெரி: நீங்களே இந்த ஊதியத்தை சம்பாதிக்கிறதுக்கு எவ்வளவு கடுமையா உழைச்சிருப்பீங்க?

கண: அதுவந்து ... கடுமையா...

கல்: என்ன உழைச்சாரோ... தினுசா தினுசா தினம் டிபன் கட்டிண்டு போவார். பெஸரட்டைக் கொண்டா... அடையைக் கொண்டான்னு.

பெரி: *சம்பளங்கிறது உங்க திறமைக்கும் உழைப்புக்கும் கிடைத்த ஊதியம். திருடலை. பொய் சொல்லலை, பிக்பாக்கெட் அடிச்சு சம்பாதிக்கலை.*

கண: *ம்ஹூம் இல்லே.*

பெரி: *இந்த காசைத் தூக்கி எறிஞ்சாக்கூட உங்களுக்குத் திருப்பிக் கிடைச்சுடும். அதுதான் கடவுள் வகுத்த நியதி.*

கண: *அடடா.*

பாலா சிரித்துக்கொள்கிறான்.

பெரி: *கண்டோண்ட்மெண்ட் வந்துடுத்துபோல இருக்கு.*

(வெளிச்சம் பரவ பிளாட்பாரம் சப்தங்கள். ஒரு இளைஞன் எட்டிப் பார்க்கிறான். லதாவைப் பார்த்து 'ஹாய் லதா பேபி, சர்ப்ரைஸ்' என்கிறான். லதா அவனைப் பார்த்ததும் திடுக்கிட்டு புத்தகத்தில் மறைகிறாள். இளைஞன் நுழைகிறான். அடர்த்தியான தலைமயிர், கையில் ஒரு கித்தார் வாத்யம், சட்டை பேண்ட் எல்லாம் தொள தொள. உடம்பு எப்போதும் மானசீக பாப் சங்கீதத்துக்கு லேசாக ஆடிக் கொண்டே இருக்கிறது. இளைஞன் கித்தார் வாத்தியத்தை எடுத்து வைக்க இடம் பார்க்கிறான்.)

கண: *இதென்ன சார், கோட்டு வாத்தியமா?*

இளைஞன்: ஸ்பானிஷ் கித்தார். *(டிங்டிங் என்று தட்டிக் காட்டு கிறான்.)*

கண: *அப்படியே மேலே வெச்சுடுங்க, ரொம்பப் பெரிசா இருக்கு.*

இளைஞன் லதா அருகே உட்காரத் தவிக்கிறான். 'அங்க உட்காரு தம்பி' என்று பெரியவர் சொல்ல, லதாவின் எதிரில் உட்காருகிறான். சிறுவன் கித்தாரைத் தட்டிப் பார்க்கிறான். இளைஞன் தன் பெட்டி யிலிருந்து ஒரு கடிதத்தை எடுத்து மடியில் வைத்து எழுதத் தொடங்க...

பாலா: *பெட்டியை ஜாக்கிரதையா வைச்சுக்கங்க. கைலேயே வெச்சுக்கங்க.*

கண: *இனிமே என்ன சார் கவலை? (இளைஞனைப் பார்த்து) சார் எந்த ஊர்வரைக்கும்?*

இளைஞன் லதாவைப் பார்த்துக்கொண்டிருக்க...

கண: சார்.

இளைஞன்: மீ?

கண: ஆமாம் மி. எந்த ஊர் வரைக்கும் பிரயாணம்னேன்.

இளைஞன்: I am going upto Coimbatore.

கண: இங்கே படிக்கிறேளா?

இளைஞன்: யா.

கண: தமிழ் தெரியுமோல்லியோ.

இளைஞன்: ஓ யா.

கண: தமிழ்லே பேசுங்கோளேன்.

இளைஞன்: Look Honesty. I lost touch with Tamil yaar... it is kind of... kind of... funny... TA...MOL *(சிரிக்கிறான்)* கொஞ்சம் கொஞ்சம்தான் TA...MOL... வரும்.

கண: பேசித்தான் பாருங்களேன். தமிழ்லே பேசினாத் தானே தெரியும்.

பாலா: நான் சொல்லிக் கொடுக்கிறேன். *(கைகளை உரசி)*

இளைஞன் அவனைப் பார்த்து 'ஹாய்' என்று இரண்டு விரல் டாட்டா காண்பிக்கிறான்.

கண: அவர் தமிழ்க்காரர்தாங்க.

பாலா: பின்னே என்ன பட்லர் மாதிரி இங்கிலீஸ்லே விளையாடறாரு.

இளைஞன்: எனக்கு சுமாராத்தான் தமிழ் வரும்.

பாலா: சுமார் போறும்.

இளைஞன்: ஓகே. ஹாய் லதா பேபி, ஹாய் மாமி *(என்று கல்யாணிக்கும் சேர்த்து கையாட்ட...)*

கல்: என்னன்னா இது, என்னமோ மாதிரி பண்றான்.

கண: சார், ஒரு இடத்திலேயே உட்கார்ந்துட்டா நல்லது.

இளைஞன்: *(சிகரெட் எடுத்து)* ஸ்மோக்? *(அவன் ஸ்டைலாக சிகரெட்டை வாயில் பொருத்திக்கொள்ள, சுரேஷ் அதை வைத்த கண் வாங்காமல் பார்க்க)*

கல்: சுரேஷ்! *(என்று அதட்டுகிறாள்.)*

இளைஞன்: *(கல்யாணியை நெருங்கி)* மாம்மி, கொஞ்சம் அங்கே மூவ் பண்ணுங்க.

கல்: என்னன்னாது?

கணா: என்கிட்டே பேசுப்பா.

இளைஞன்: அவங்களைக் கொஞ்சம் இந்தப் பக்கமா ஒக்காரச் சொல்லுங்க.

கல்: ஏன்? எதுக்கு?

இளைஞன்: ஜன்னல் பக்கம் காத்து ஜாஸ்தி இருக்கும். மாமிக்கும் மார்லே சளி பிடிச்சுக்கும். என் பிரண்ட் அம்மா பேரு திரிபுரசுந்தரி. உங்க மாதிரித்தான் சிகப்பா இருந் தாங்க. ஜன்னல் பக்கமா உக்காந்து டபுள் நிம்மோனியா வந்து போய்ட்டாங்க.

கல்: நகர்ந்துக்கோங்கன்னா! *(என்று இடம் மாறிக்கொள் கிறாள்)*

லதா: ஆண்ட்டி, நீங்க பயப்படாதீங்க. எல்லாம் பிளஃப், உக்காருங்க, அவனுக்கு என் எதிரே உக்கார ணும்னு...

கணா: இங்கேயே உக்காந்துக்கலாமே, நீங்க என்ன படிக்கிறீங்க?

இளைஞன்: *(ஏமாற்றத்துடன் கணபதியின் அருகில் உட்கார்ந்து லதாவைப் பார்க்கிறான்.)* ம்... என்ன கேட்டீங்க? கொஞ்சம் பிஸியா இருந்துட்டேன்.

கணா: என்ன படிக்கிறீங்க?

இளைஞன்: *(காலரைத் தட்டிக்கொண்டு)* இந்தப் பெண்ணைக் கேட்டுப் பாருங்க.

கல்: இவரை உனக்குத் தெரியுமா, லதா?

லதா: தெரியும் ஆண்ட்டி. இந்த ஆளு சுத்த பிராட்.

இளைஞன்: *(பல்லால் சிகரெட்டைக் கடித்து நெருப்புப் பெட்டி காலியாகி இருப்பதை உணர்ந்து பாலாவை*

நோக்கி) ரெளடி சார், மேட்ச் பாக்ஸ் இருக்குதா? பீடி...கீடி... சாப்பிடுவீங்களே.

பாலா: (முறைப்பாக) இல்லை.

இளைஞன்: (பெரியவரிடம்) ஏன் சாமி, நெருப்புப் பெட்டி இருக்குமா? ஊதுவத்தி, சூடம் கொளுத்த வெச்சிருப் பீங்களே?

பெரி: (மேலே நோக்குகிறார்) முருகா!

இளைஞன்: (பற்றவைக்காமல் லதாவைப் பார்த்து) நாங்க ரெண்டு பேரும் ஒரே காலேஜ்.

கல்: தெரியறது.

லதா: அதெல்லாம் ஒண்ணுமில்லை ஆண்ட்டி.

கண: படிச்சதும் என்ன பண்றதா உத்தேசம், வேலை, கீலை?

கல்: அவர் என்ன பண்ணா உங்களுக்கென்ன? தொண தொணக்கிறேளே?

இளைஞன்: கேக்கட்டும் பரவாயில்லை? சார், எவன் பாப்பான், எவன் பாப்பான் வேலை? எங்க ... எங்க பாதர் ரிச்மேன். பெரிய எஸ்டேட். ஏலக்காய். பங்களா, வாட்ச்மேன். வீட்டிலே ஏ.சி. ஃபிரிட்ஜ்... பட் ஹாப்பினஸ்?

கண: தந்தி கிளார்க்கா இருந்திருக்காரோ?

இளைஞன்: (தொடர்ந்து) பாதர்... எதுக்கு படிப்பு, லட்சக் கணக்கிலே கொட்டிக்கிடக்கு, எஸ்டேட் வந்து பார்த்துக்கடா. மதர்... மேரேஜ், மேரேஜ். ஐ செட் நோ. பட் பாத்துப் பழகின, படிச்ச பெண்ணா இருக்கணும். சொத்து? ஹூ வான்ட்ஸ் இட்? ஐ கேர் எ டாம்! என்ன லதா?

கல்: என்ன லதா?

லதா: எல்லாம் பிளஃப் ஆண்டி.

பெரி: இவ்வளவு வசதி இருக்கறவங்க எதுக்கு செகண்ட் கிளாஸிலே வரணும்?

இளைஞன்: குட் கொஸ்ச்சன் சாமி. பஸ்ட் கிளாஸிலே போற வங்க எல்லாம் பொம்மைங்க. ஐ வான்ட்டு மீட் பீப்பிள். முதல் கிளாஸிலே போறவங்க எல்லாம் பீப்பிளா.

கண: பின்ன ஆப்பிளா?

இளைஞன்: பீப்பிள்! ஆப்பிள்! பாய்! ஓ! பாய்! தமிழ் சினிமாவிலே பாட்டு எழுதுவீங்களா சார்?

ஒரு சின்னப் பெண் ஒரு குருடனை அழைத்துக்கொண்டு நுழை கிறாள். அவன் ஒரு ஓரத்தில் நின்றுகொண்டு, மச்சானைப் பார்த்தீங் களா டகர, டகர, டகர, டண் மலைவாழைத் தோப்புக்குள்ளே... என்று பாட பெண் ஒவ்வொருத்தர் காலையும் தொட்டு பிச்சை கேட்க, ஒவ்வொருவரும் ஒவ்வொரு விதமாக நடந்துகொள்கிறார்கள். கல்யாணி வெறுப்பு, கணபதி அய்யர் அருவருப்பு, இளைஞன் லதாவைப் பார்த்துக்கொண்டே காசு போடுகிறான். பாலா அந்தப் பெண்ணைப் பரிவுடன் பார்த்து காசு தருகிறான். பெரியவர் காலைத் தொடுவதற்குமுன் சப்பணம் கட்டிக்கொள்கிறார். லதா முகத்தை மறைத்துக்கொள்கிறாள். சுரேஷ், பிச்சைக்காரன் எதிரே நின்று ஆ என்று வேடிக்கை பார்க்கிறான். பிச்சைக்காரன் கிளம்பி அவன் குரல் அடுத்த கம்பார்ட்மெண்டில் ஒலித்து மறைகிறது. இளைஞன் ஏதோ நீளமாக எழுதிக்கொண்டிருந்தவன் சுரேஷை அழைத்து அவனிடம் ரகசியமாக, லதாவை அடிக்கடி பார்த்துக்கொண்டு ஏதோ சொல்லி, ஒரு கடிதத்தைக் கையில் திணிக்கிறான்.

சுரேஷ் லதாவிடம் மெதுவாகச் செல்கிறான்.

கல்: என்னடா சுரேஷ்?

சுரேஷ்: (ஸ்பஷ்டமாக) ஒண்ணும் இல்லைம்மா... இந்த மாமா அந்த அக்காகிட்ட இந்த லெட்டரைக் கொடுக்கச் சொன்னார்.

இளைஞன்: என்ன மேன் காரியத்தைக் கெடுக்கிறே! (பாலா அவனை முறைக்க)

லதா: அதைக்கொடு! அப்படியா விஷயம்! (கடிதத்தைப் படித்துப் பார்க்கிறாள். சிறுவனிடம் கொடுத்து) சுரேஷ் உனக்கு இங்கிலீஷ் தெரியுமா?

சுரேஷ்: தெரியும் ஆண்ட்டி!

லதா: அப்போ இதைப் படி.

இளைஞன்: ஏய், ஏய், ஏய் அதைப் படிக்காதே.

கல்: என்னடா எழுதியிருக்கு?

சுரேஷ்: (படிக்கிறான்) மை டார்லிங்! மை டார்லிங்! மை டார்லிங்! எ தௌசன் டைம்ஸ் மை டார்லிங். டார்லிங்குன்னா என்னம்மா அர்த்தம்?

கல்: சே!

இளைஞன்: என்ன லதா, இப்படி இன்சல்ட் பண்ணிட்டே?

லதா: மிஸ்டர், உனக்கு வேற வேலை கிடையாதா? ஏன் இந்த மாதிரி சில்லியா லெட்டர் எழுதறீங்க?

இளைஞன்: எல்லாத்தியும் மறந்துட்டியா?

லதா: என்ன எல்லாத்தையும்?

இளைஞன்: கோயமுத்தூர்லே மீட் பண்ணினதெல்லாம், பேசினதெல்லாம்?

லதா: என்ன மீட் பண்ணினேன்? பஸ் ஸ்டாண்டிலே ஒரு தடவை டைம் என்னன்னு கேட்டேன்! சொன்னே! அதுலேயிருந்து நான் உன்னை லவ் பண்றதா நினைச்சா... ஐ பிட்டி யூ! ஒரே ஒரு தடவை டிக்கட் வாங்கிக் கொடுத்தே... இதப் பார், வாட் இஸ் யுவர் நேம்?

இளைஞன்: ரவி... மறந்துட்டியா?

லதா: ஹேய் ரவி! லீவ் இட் யார்! என்னை இப்படி நாய் மாதிரி பாலோ பண்ணாதே மேன்!

இளைஞன்: என்ன சொன்னே! நாயா! You stupid little, You insult me!

லதா: You bore me!

இளைஞன்: என்னை ஒருத்தரும் இந்த மாதிரி இன்சல்ட் பண்ண தில்லை! I will teach you a lesson.

கணபதி: பாருப்பா, ஏன் இப்படி சின்னப் பசங்களாட்டம்...

இளைஞன்: Shut up you old brass bag. I will dip your ass in shit creek man...

கணபதி: என்ன சொல்றான்?

பாலா: ஏய் என்னடா காலித்தனமா பேசறே?

இளைஞன்: நீ யார்றா? You shut up! I will give you enema!

பாலா: *(அவன் சட்டையைக் கொத்தாகப் பிடித்து)* இதப் பார் துரை... ஷட் அப் கிட்டப் எல்லாம் என்கிட்ட வைச்சுக்காதே. எனக்கு இங்கிலீஷ் பேசவராது. ஆனா நீ சொன்னதுக்கெல்லாம் அர்த்தம் புரியறது. வத்தல் மாதிரி இருக்கே. உக்கார்ரானா உக்கார ணும். இல்லைன்னா ஜன்னல் வழியா வெளியே பார்சல் அணுப்பிச்சுடுவேன். உட்கார்றா சோமாறி, டபுள் சோமாரி.

இளைஞன்: *(பயந்து)* அனுப்புவே! அனுப்புவே! *(நடுங்கும் கரங்களுடன் சிகரெட் ஒட்டவைத்து மறுபடி நெருப்புக் குச்சி கிடைக்காமல்)* Stupid people! Crass idiots! லதா, I never expected this!

லதா: Shut up... you...

இளைஞன் எழுந்து போகிறான்.

பாலா: எங்கே போறே, குதிக்கப் போறியா?

இளைஞன்: *(திரும்பி)* பாத்ரூமுக்கு! நீயும் வர்யா?

பாலா: எனக்கு வரலை, நீ போ!

இளைஞன் போகிறான்.

லதா: சார்! இவன் என்னை ரொம்ப நாளா டீஸ் பண்ணிக் கிட்டே இருந்தான். எங்கே போனாலும் கூட வரான் சார். மேரி அண்ட் லிட்டில் லேம்ப் மாதிரி பஸ் ஸ்டாண்டிலே, காலேஜ் வாசல்லே! கம்பளிப் பூச்சி! எனக்காக பங்களூருக்கு வந்திருக்கான் சார். வீட்டுக்கு வந்துட்டான். கைல எப்பப் பார்த்தாலும் ஒரு கிட்டார்.

கல்: இந்தக் காலத்திலே பிள்ளைகளுக்குப் புத்தி போறதைப் பாரேன்.

கண: பிராஸ் பேகாம்! ஓல்டு பிராஸ் பேகாம்! காலிப் பய! எங்க மாமா தாத்தா மாப்பிள்ளை டி.ஐ.ஜி.ஆ

இருக்கார். ஒரு வார்த்தை சொன்னாப் போறும். இவனை உள்ளே தள்ளி, சில்லைப் பேத்துடுவார்.

பாலா: நீங்க கவலைப்படாதீங்க. நான் இந்தப் பையனை கவனிச்சுக்கிறேன். பார்த்துக்கிட்டே இருங்களேன்.

பெரியவர்: எங்கிட்ட வந்து பீடிக்கு நெருப்புக் கேக்கறான் சார்!

இளைஞன் திரும்பி வருகிறான். முறைப்பாக உட்காருகிறான்.

பாலா: என்ன போயாச்சா!

இளைஞன் முறைக்கிறான்.

பாலா: *(அவன் கையிலிருந்த சிகரெட்டை பற்றவைத்து)* தம்பி எத்தனாவது படிக்குது? உம். இங்கே வந்து உட்காந்துக்க, சௌகரியமா!

இளைஞன் மௌனம்.

பாலா: ஸாரி தம்பி, கொஞ்சம் ரஃப்பாப் பேசிட்டேன். நீ அதெல்லாம் மனசிலே வெச்சுக்காதே!

இளைஞன் மூக்கை உறிஞ்சிக்கொள்கிறான்.

பாலா: தம்பி! நீ ஒரு ஆம்பிளை. இந்த மாதிரி பெண்கள் கிட்ட எல்லாம் திட்டு வாங்கக்கூடாது. நல்ல பர்சனாலிட்டியா கீரே. முடி கிடி எல்லாம் வளர்த்துக் கிட்டு, அவங்கன்னா உன் பின்னாடி வரணும்?

இளைஞன்: அவதான் என் பின்னாடி வந்துகிட்டு இருந்தா.

லதா: மிஸ்டர்!

பாலா: இரும்மா! இரு! கோவிச்சுக்காதே. ஏதோ இள ரத்தம், சும்மா ஜாலியா அப்படிப் பொழுதுபோக்கா இருக்க வேண்டியதுதானே. எல்லாத்தையும் சீரியஸா எடுத்துக்கக் கூடாது.

கல்: என்ன இது, காதல் கடுதாசின்னா எழுதறான். இந்தப் பொண்ணோட அப்பா இருந்தா இதெல்லாம் நடந்திருக்காதோல்லியோ!

இளைஞன் கல்யாணியைத் துச்சமாகப் பார்க்கிறான்.

பாலா: நீங்க உங்களையே கீழ்த்தரமா செய்துக்கக் கூடாது. இதப் பார், வாத்யம் இருக்கே, இது என்ன பேரு?

இளைஞன்: கிதார்.

பாலா: இது வாசிக்கத் தெரியுமா உனக்கு?

இளைஞன்: வாசிப்பேன்.

பாலா: பாட்டுகூடப் பாடுவியா?

இளைஞன்: ம்.

சுரேஷ்: மாமா, அதை வாசிச்சுக் காமி மாமா?

இளைஞன்: இப்ப மூடு இல்ல தம்பி!

பாலா: சின்னக் குழந்தை கேக்குது; வாசிச்சுக் காமியேன். *(லதாவைப் பார்த்து)* பார்த்துக்கம்மா தம்பியை. என்னவோ நினைச்சுக்கிட்டியே, அவர்கிட்ட எவ்வளவு திறமை இருக்கு பாரு!

லதா: *(படித்துக்கொண்டே)* அதெல்லாம் சும்மா அலங்காரத்துக்கு அங்கிள். ஹி கேன் ஒன்லி ப்ளே ஏ கிராமபோன்.

இளைஞன்: என்னது! வாட் டூ யு மீன் பேபி!

பாலா: என்னது! அவருக்கா வாசிக்கத் தெரியாது? வாசிச்சுக் காமிச்சுடு தம்பி!

இளைஞன்: வாசிச்சா என்ன தர்றான்னு கேளுங்க!

பாலா: என்னம்மா தருவே?

லதா: கன்னத்திலே ஒரு அறை.

கல்யாணி சிரிக்கிறாள்.

பாலா: அம்மா வேறே ஏதாவது கொடுப்பாங்க. நீ வாசி.

இளைஞன்: வாத்தியத்தை எடுத்து சுருதி சேர்க்கிறான். எனக்கு பாப் மியூசிக் மட்டும்தான் வரும்!

கண: அது என்னது பாப்பு!

சுரேஷ்: ‘என்னடீ ராக்கம்மா’ வாசிங்க மாமா!

கண: சே! சும்மா இருடா! எங்கே சுருதியைப் பார்க்க லாம்... (இவன் தந்திகளை வருட) ப்ரதி மத்யமம்

பேசறது. மஹா சுகிர்த்த ரூப சுந்தரின்னு கான கிட்டப்பா பாட்டு இருக்கு, அது இதுலே நன்னா வரும்.

கல்: போறும், போறும். தினம் பாத்ரூம்லே பாடுவீங்களே அதுதானே!

கண: (பாடுகிறான்) மஹா சுந்தரி ரூப சுந்தரி...

இளைஞன் அதற்கு பாப்தனமாக வாசிக்கிறான். சற்று நேரத்தில் கணபதி ஐயர் இரண்டு தொடையிலும் தாளம் தட்டிக்கொண்டு மஹா சுகிர்த என்று ஆவேசமாகப் பாடுகிற அளவுக்கு வந்துவிடுகிறான்.

கல்: என்னன்னா இது?

(பாட்டு நிற்க)

இளைஞன்: யூ காட் ஏ நைஸ் வாய்ஸ்! ஓல்ட் பேக்.

பாலா: இதோ பாருங்க, ரயில் போறது பாருங்க, தடக் தடக்குன்னு, அது போல வாசிச்சுப் பாருங்க.

இளைஞன்: கிதார் இசையுடன், நம்ம ஹாஸ்டல்லே ஒரு கவிஞர் இருக்காரு. அவர் போட்ட தமிழ்ப் பாட்டே பாடறேன்.

(மெட்டு: யுவர்ஸ் பெய்த்புல்லி)

காத்திருந்து காத்திருந்து
கால் வலிக்குதே
கண்கள் ரெண்டும் பார்த்துப் பார்த்து
பார்வை மங்குதே
நேற்றும் வல்லை, இன்றும் வல்லை,
நேரமில்லையோ
நேசமுள்ள, பாசமுள்ள
நெஞ்சமில்லையோ?
ராணி!

பாலா: எங்கே! ஆஹா! அதை இன்னொரு தடவை பாடுங்க! ராணி!

பாலாவும் இசையுடன் சேர்ந்துகொள்ள, இளைஞன் எழுந்து பாட, பாலா அப்படியே அவனை அணைத்துக்கொண்டு அவன் சட்டைப்

பையில் இருக்கும் டிக்கட்டை மாற்றி வைத்து விடுகிறான். பாட்டின் பாதியில் பின்னணியில் துல்லியமாக ஒரு குரல் கேட்கிறது.

குரல்: *நம் நாட்டில் இன்று ஏழைகளுக்கு மறுவாழ்வு கிடைத்துள்ளது.*

(அழுக்குச் சட்டையுடனும் பையுடனும் பல்பொடி விற்பவன் நுழைந்து நேராகப் பார்த்துக்கொண்டு பிரசங்கம் புரிகிறான். அவன் கையில் ஒரு காக்கிப் பை. பக்கத்தில் சுரேஷ் அளவுக்கு ஒரு பையன். அவ்வப்போது உதாரணம் காட்டும்போது பையனின் வாயைத் திறந்து காட்டுகிறான்.)

பல்பொடி விற்பவன்: நம் நாட்டில் இன்று ஏழைகளுக்கு மறுவாழ்வு கிடைத்துள்ளது. இந்திரா அம்மையாரின் சர்க்காரின்... மன்னிக்கவும் மொரார்ஜி தேசாயின் சர்க்காரின் திட்டங்களினால்... ஏழை பணக்காரன் என்ற ஏற்றத்தாழ்வு, இன்று எனக்கு - உங்களுக்கு *(பெரியவரைக் காட்டி)*, இதோ சில்க் சட்டை உத்திராட்சம் அணிந்திருக்கிறாரே இவருக்கு, எங்லோருக்கும்! காந்திஜீ, நேருஜீ, லால்பகதூர் சாஸ்திரிஜீ வழித்தோன்றலான மொர்ரார்ஜி, மொர்ரார்ஜியின் இருபது அம்சத் திட்டங்களினால் எல்லோருக்கும் கிட்டப்போகிறது; கிட்டிவிட்டது. நல்வாழ்வுக்கு முதல் தேவை என்ன? ஆரோக்கியம். ஆரோக்கியத்துக்கு முதல் தேவை என்ன! *(பையனின் வாயைத் திறந்து காட்டி)* நல்ல பற்கள். நல்ல பற்களுக்கு முதல் தேவை! கல்நார் பல்பொடி! *(பையிலிருந்து பல்பொடி பாக்கட்டை எடுத்து... இருவரும் சிரிக்கிறார்கள்)* எங்கள் அபூபக்கர் பல்வலி, பற்சிதைவு, ரத்தம், ஈழை, பற்கசிவு, வாய் நாற்றம், இவற்றை அறவே அகற்றி, முத்துக்களோ பற்கள் என்று சொல்லுகிற அளவுக்கு பளப்பள என்று பிரகாசிக்கச் செய்யும். அய்யா பற்பொடி! அம்மா பற்பொடி!

சுரேஷ்: இங்கே ஒண்ணு கொடுப்பா.

கல்யாணி: சே, வேண்டாம்ப்பா! குழந்தை இது என்னவோ சாப்பிடறதுனு நினைச்சுருக்கான்.

பல்பொடி: தித்திப்பா இருக்கும்மா, சாப்பிடக்கூடச் சாப்பிடலாம். வயிற்று உபாதைகள் எல்லாம் போகும். (கணபதியிடம்) பல்வலி, பற்சிதைவு, ரத்தம் கசிதல், ஈழை...

கண: நிறுத்துப்பா! கேக்கச்சேயே எனக்கு 32 பல்லும் கூசறதே!

பல்பொடி: (இளைஞனிடம்) சார், பல்பொடி... பல் தேய்ப்பீங்களா!

இளைஞன்: (முறைத்து) கெட் லாஸ்ட்!

பாலா: வேண்டாம்ப்பா!

பல்பொடி: என்னடாது, போணியாக மாட்டேங்குது. ஏ வடிவேலு, நீ ஆரம்பிடா.

சிறுவன்: (தன் பையிலிருந்து லாட்டரி டிக்கெட்டுகளை எடுத்து) சார், லாட்டரி சார் லாட்டரி அஞ்சு லட்சம், பத்து லட்சம், மைசூர் கேரளா, அரியானா, தமிழ்நாடு. ஞாயிற்றுக் கிழமை குலுக்கல். அஞ்சு லட்சம், பத்து லட்சம், ஒரு லட்சம்! ஒரு ரூபாய்க்கு ஒரு லட்சம்.

சுரேஷ்: இங்கே ஒண்ணு குடுப்பா!

கல்யாணி: ஏய்! ஏய்!

சிறுவன்: (சுரேஷிடம் சரக் என்று ஒன்றைக் கொடுத்துவிட)

கணபதி: போனாப் போறது, ஒண்ணு வாங்கிக்கலாம். ஏதாவது விழுந்தாலும் விழும்.

கல்யாணி: ஆமா விழறது!

சிறுவன்: (சொரிந்துகொண்டே) அஞ்சு லட்சம், பத்து லட்சம், ஒரு லட்சம், தமிழ் நாடு ஞாயிற்றுக் கிழமை குலுக்கல்.

பாலா: (பல்பொடிக்காரனிடம்) இந்த ஆள் யார்யா?

பல்பொடி: என் தம்பிங்க. இப்பத்தான் லைன்லே விட்டுருக்கேன். பத்து லாட்டரி டிக்கட் வித்தா ஒரு பன் கிடைக்கும். ஏன் சார், யாருக்கும் பல்பொடி, லாட்டரி டிக்கட் வேண்டாமா? லோலோன்னு கத்தினேனே!

பாலா:	கொஞ்சம் ஸ்பீச்சை மாத்திக்கப்பா. 20 அம்சத் திட்டம் எல்லாம் வருது.
பல்பொடி:	இது ஏதோ, பெங்களூர்லே ஒத்தரு எழுதிக் கொடுத்தாரு! பளசாயிடுச்சு கொஞ்சம்.
பாலா:	இந்தா நாலணா! வைச்சுக்க.
பல்பொடி:	இந்தாங்க, பல்பொடி ஒரு பாக்கெட்டு!
பாலா:	பல்பொடி வேண்டாம்.
பல்பொடி:	நீயே வைச்சுக்க! ஆளைப் பார்யா! நான் ஒண்ணும் பிச்சை எடுக்க வரலை.
பாலா:	சிரிக்கிறான்!

ஒரு டிக்கட் பரிசோதகர் வருகிறார்.
சிறுவன் அவனை எச்சரிக்கிறான்.

சிறுவன்:	அண்ணே! ட்டி...ட்டி...ஆர்!
டிக்கட்:	ஏய் பல்பொடி, மறுபடியும் வந்துட்டியா?
பல்பொடி:	ஆ! சாரா! மறுபடியும் வந்துட்டீங்களா? நீங்க 13-ல போய்க்கிட்டு இருந்தீங்க?
டிக்கட்:	போய்யா! அந்த ஓரத்திலே நில்லு! எத்தனை தடவை இறக்கி விட்டிருக்கேன்! இது யார் புதுசா இருக்குது!
பல்பொடி:	நம்ம தம்பிங்க! புதுசா லைன்ல விட்டிருக்கிறேன். (பையனிடம்) குட்மார்னிங் சொல்லுடா.
டிக்கட்:	போடா, போடா! (தள்ளுகிறார்)
பல்பொடி:	இருங்க! இருங்க! தள்ளாதீங்க!

பல்பொடியும் சிறுவனும் கம்பார்ட்மெண்டை விட்டு விலகுகிறார்கள்.

டிக்கட்:	சார், உங்க டிக்கட்டை எல்லாம் காட்டறீங்களா?
பல்பொடி:	(குரல் அடுத்த பகுதியிலிருந்து) நம் நாட்டில் ஏழைகளுக்கு மறுவாழ்வு கிடைத்துள்ளது.
டிக்கட்:	கொஞ்சம் இருங்க, மறுவாழ்வைக் கவனிச்சுட்டு வந்துடறேன்! (அங்கே சென்று அவனை அதட்டி உட்கார வைக்கும் சப்தம் கேட்கிறது. மறுபடி வருகிறார்.)

சேச்சே! அவங்க உபத்திரவம் ஜாஸ்த்தியாப் போச்சு (*கணபதியிடம் டிக்கட்டை வாங்கிக் கையெழுத்திடுகிறார்.*) பையனுக்கு என்ன வயசு?

கணபதி: எட்டு.

கல்யாணி: ஏழு! எங்கேன்னா எட்டு! இந்த மாசிக்குத்தான் அவனுக்கு எட்டாறது!

டிக்கட்: பதிமூணு இல்லியே? விடுங்க! சார்! உங்க டிக்கட்! (*பெரியவரின் டிக்கெட்டை லதாவின் டிக்கட்டை வாங்கி பரிசோதித்துவிட்டு பாலாவிடம் வர, பாலா அலட்சியமாக எடுத்துக்காட்ட அதிலும் கையெழுத்திட்டு, இளைஞனிடம் வருகிறார். இளைஞனிடம்...*) டிக்கட்!

இளைஞன் தன் பையிலிருந்து எடுத்துக்கொடுக்கிறான்.

டிக்கட்: (*அதைப் பார்த்துவிட்டு*) மிஸ்டர்! இது ப்ளாட்பாரம் டிக்கட்!

இளைஞன்: மறுபடி பைகளைச் சோதனை பார்த்து பிளாட்பாரம் டிக்கட்டா! இருக்காது! சரியாகப் பாருங்க!

டிக்கட்: எனக்கு பிளாட்பாரம் டிக்கட்டுக்கும் பிரயாண டிக்கட்டுக்கும் வித்தியாசம் தெரியாதுங்கறீங்களா? பதினைஞ்சு வருஷ சர்வீஸ் சார்!

இளைஞன்: பிளாட்பாரம் டிக்கட்டா? மை காட்! இது எப்படி என் கையில் வந்தது?

பாலா: யாராவது வழியனுப்ப வந்தாங்களா தம்பீ!

இளைஞன்: அதெல்லாம் இல்லியே!

பாலா: வழியனுப்ப யாராவது வந்தாங்கன்னா அவங்க டிக்கட் சில வேளையிலே மாறிப் போயிடும்!

இளைஞன்: நோ! ஐ பாட் எ டிக்கட்! ஆனஸ்ட் டு காட் ஐ பிராமிஸ்!

டிக்கட்: அதான் வரதுக்குள்ளே பிளாட்பாரம் டிக்கட்டா மாறிடுச்சா! மை வேலையா! மிஸ்டர்! யார்கிட்ட உளர்றீங்க. எங்கே ஏறினீங்க?

இளைஞன்: *(தேடிக்கொண்டு)* கண்டோன்மெண்டிலே டிக்கட் வாங்கினேன் சார்! இருபத்துநாலு ரூபாய் சில்லரை கொடுத்தேன்!

டிக்கட்: அப்ப காட்டுங்க. *(உட்காருகிறார்.)*

கண: சரியாத் தேடிப் பாருப்பா!

பாலா: நல்லாத் தேடிப் பாருப்பா!

லதா: என்னைப் பார்த்ததும் வண்டியிலே ஏறியிருப்பான் சார்!

இளைஞன்: லதா! ப்ளீஸ்! ஐ பாட் எ டிக்கட். ஹானஸ்ட் டு காட், ஐ பிராமிஸ் ஐ பாட் எ டிக்கட்! *(மறுபடியும் தேடுகிறான்)* ப்ளீஸ்!

டிக்கட்: *(ரசீது புஸ்தகத்தை எடுத்து)* பைன் கட்ட வேண்டி வரும்.

இளைஞன்: இல்லை சார், நான் வாங்கினேன் சார்.

டிக்கட்: காட்டுங்க. ஐ கெனாட் வெய்ட் மச்.

பாலா: போனாப் போவுது. 5 ரூபா வாங்கிட்டு விட்டுடுங்க.

டிக்கட்: என் வேலை போறதுக்கா? *(எழுதுகிறார்)*

இளைஞன் தன் பெட்டியிலும், கீழே கணபதி ஐயரின் காலை ஒதுக்கியும் தேடுகிறான்.

டிக்கட்: தர்ட்டி ஸிக்ஸ் ட்வெண்டி போர். முப்பத்தாறு ரூபாய், இருபத்துநாலு பைசா ஆகும்! கொடுக்கிறீங்களா! கோயமுத்தூர்தானே!

இளைஞன்: *(திடுக்கிட்டு)* அவ்வளவு பணம் என்கிட்ட இல்லை சார்.

டிக்கட்: எவ்வளவு இருக்கு?

இளைஞன்: மூணு ரூபா.

டிக்கட்: மாலூர் வரைக்கும்கூட தேறாது.

இளைஞன்: சார்! யார் கிட்டயாவது இருக்கா சார்? கோயமுத்தூர் போனதும் திருப்பிக் கொடுத்துடறேன்.

சுரேஷ்: மாமா, எங்கிட்ட நாற்பது பைசா இருக்கு.

டிக்கட்: மிஸ்டர்! பங்காருப்பேட்டை வந்ததும் இறங்கிடுங்க! அங்கே உங்களை ஹாண்ட் ஓவர் பண்ணிடறேன்!

பாலா: வாட்சை கீட்சை ஏதாவது வைத்துக் கொடேன். அப்புறம் மீட்டுக்கலாம்!

டிக்கட்: நோ! நோ! அதெல்லாம் கிடையாது. நாங்க என்ன அடகுக் கடையா வச்சிருக்கோம். தம்பி, என்னோட வரயா?

இளைஞன்: எங்கே வரது?

டிக்கட்: பங்காருப்பேட்டையிலே இறங்கிக்க! ஸ்க்வாடு வந்தா மாஜிஸ்டிரேட் கோர்ட்டுக்கு அனுப்பிடுவான்!

இளைஞன்: லதா! ஃபார் தி லாஸ்ட் டைம்...

லதா: நோ! எங்கிட்டப் பணம் இல்லை.

கல்யாணி: ஏன்னா!

கணபதி: சும்மா இருடீ!

இளைஞன்: பெரியவரே! ஸ்வாமி!

பெரியவர்: அவர் பின்னாலேயே போய்க்கிட்டே இரு. முருகன் பார்த்துப்பான்! கவலைப்படாதே!

இளைஞன் கிளம்ப,

பாலா: கொஞ்சம் இப்படி வா தம்பி!

இளைஞன்: (ஆவலுடன் திரும்பி) என்ன சார்! பணம் கொடுக்கறீங்களா? திருப்பித் தந்துடறேன் சார்.

பாலா: கித்தாரை எடுத்து அதை ஒரு தட்டு தட்டி வாசிச்சுக்கிட்டே போ.

இளைஞன்: (எல்லோரையும் பார்த்து) வாட் பீப்பிள் ஐ ஸே!

செல்கிறான்.

கல்: ஏன்னா! அவனைப் பார்த்தா பாவமா இருந்தது!

கண: கொடுத்திருக்கலாம் போலிருக்கே!

லதா:	இருந்தாக்கூட கொடுக்கக்கூடாது. என்னை என்னமா டீஸ் பண்ணியிருக்கான் தெரியுமா? அவன் டிக்கட் வாங்கலை! என்னைப் பார்த்ததும் ஏறியிருக்கான். பாய்ஸ்! ஐ ஹேட் தெம்!
பாலா:	டிக்கட் வாங்காம ரெயில்லே போறது மஹா பாவம்! இதனாலே சர்க்காருக்கு எவ்வளவு நஷ்டம் பார்த்தீங்களா? பெரியவரே என்ன சொல்றீங்க!
பெரி:	எல்லாம் முருகன் செயல்!
பாலா:	இதிலேகூட முருகன் வந்துட்டாரா!
கண:	பங்காருப்பேட்டை வந்திருச்சுங்க! ஏண்டி பால் கொண்டு வந்திருக்கியோ! (பிளாட்பாரம் வெளிச்சம்)
கல்:	பால் எடுத்துக் கொடுக்கிறாள். லதா உனக்கு ஏதாவது வேணுமாம்மா!
லதா:	நோ ஆண்ட்டி, நான் 7.30க்கு சாப்பிட்டுட்டேன்!
பாலா:	ஏதாவது வேணும்னா வாங்கிட்டு வரேன்.
பெரி:	ஒரு கப் பாலு!
கல்:	இந்தாங்க, கொண்டு வந்திருக்கோம்! நிறைய இருக்கு!
	சாப்பிடுகிறார்கள்.
	பாலா வெளியே செல்லுகிறான்.
பெரி:	(பால் சாப்பிட்டுவிட்டு) அதென்ன வாழைப்பழமா? (அதையும் சாப்பிடுகிறார். சிரிக்கிறார்.)
	காத்திருந்து காத்திருந்து
	கால் வலிக்குதே!
கண:	(சிரிக்கிறார்)
பாலா:	(வருகிறான்) வண்டி கிளம்பிடுச்சுங்க! (ஜன்னலில் இருட்டு) உட்காருகிறான்.
பெரி:	தம்பி! அந்தப் பையன் இந்தப் பொண்ணுகிட்ட தப்பிதமா நடந்துக்கிட்டதுக்கு உடனே தண்டனை கிடைச்சது பாருங்கோ! கலியுகக் கடவுள் முருகன் உடனே தண்டிச்சுட்டாரு!

முதல் நாடகம் / 95

பாலா: அப்ப தண்டனை கொடுத்தது முருகன்ங்கறீங்களா?

பெரி: ஆமா வேற யாரு?

பாலா: உங்களுக்குச் சொன்னா புரியாது!

கல்: ஆச்சரியமில்லை? அவன் வாங்கின டிக்கட், பிளாட் பாரம் டிக்கட்டா மாறியிருக்கே!

லதா: அவன் டிக்கட்டே வாங்கலை ஆண்ட்டி.

பெரி: தம்பீ! சார்! கவனியுங்க!

கண: சொல்லுங்க!

பெரி: உங்க கண்முன்னாலேயே ரெண்டு கேஸ் பாத்தீங்க! சார் கஷ்டப்பட்டு சம்பாதிச்ச காசு, இவர் சம்பளம் பூரா, ஓப்பனா ஒரு பப்ளிக் இடத்திலே பொட்டி யிலே வெச்சுட்டு வந்துட்டார். அதை ஒருத்தன் தொட்டானோ, இல்லை?

கண: போயிருந்ததுன்னா குதிரை வண்டிக்குக்கூட காசு இருந்திருக்காது! சப்ஜாடா எல்லாம் போச்சு!

பெரி: இது நல்ல வழியிலே சம்பாதிச்ச காசு! இது ஒரு கேஸ். இரண்டாவது இந்தப் பையன் கேஸ். பெண் களோட விஷமம்! அனாவசியமா செலவழிச் சுண்டு...

கண: டொய் டொய்னு கித்தாரை வாசிச்சுண்டு!

பெரி: சரியான பாடம் கற்பிச்சுட்டான் முருகன்! என்ன செஞ்சான்!

பாலா: பங்காருப்பேட்டையிலே இறக்கி விட்டுட்டான்!

பெரி: 1957-லே ஒரு முருகன் கோவில்லே டிரஸ்டியா இருந்தேன். கோவில் பணம் ஒரு 500 ரூபாய் பேங்க்லே கட்டறதுக்கு எடுத்துக்கிட்டு பஸ்லே போனேன்! ஒரே கூட்டம்! நெரிசல்! எவனோ என்னை பிக்பாக்கெட் அடிச்சுட்டான். பூரா பணமும் போயிடுச்சு. தெய்வமே என்ன அக்கிரமம்னு நொந்து போய் திரும்பக் கோவிலுக்குப் போனேன். உண்டியல் பொட்டியிலே ஒரு கவர் அடைச்சுக் கிடைக்குது. திறந்து பார்க்கிறேன், எவ்வளவு இருந்தது தெரியுமா?

பாலா: *500 ரூபா இருக்கும்.*

பெரி: *ஆமாங்க.*

கண: *அட!*

கல்: *எல்லாம் ஈசனோட லீலைன்னா.*

பாலா: *எனக்கு ஒரு சந்தேகம். உங்க தெய்வம்...*

பெரி: *நம்ம தெய்வம், தம்பி. நீங்க என்ன கிறிஸ்தவரா?*

பாலா: *ஊஹூம். சரி. நம்ம தெய்வம். நீங்கள் ஏன் அந்தப் பணத்தை தெய்வமே பிக்பாக்கெட்டுக்கு அருளாகக் கொடுத்தார்னு வைச்சுக்கக் கூடாது?*

பெரி: *அதெப்படி? அவன் பிக்பாக்கெட் இல்லையா?*

பாலா: *கடவுள் அப்படின்னா, இவன்தான் பிக்பாக்கெட் இவன் பூசாரி, இவன் உத்யோகஸ்தன்னு அட்டவணை வெச்சிருக்காரா?*

பெரி: *நிச்சயம் வெச்சிருக்கார்.*

பாலா: *திருப்பிக் கெடச்சுதே 500 ரூபா, அதை என்ன செஞ்சீங்க?*

பெரி: *முருகனுக்கு வெள்ளியிலே கை செஞ்சு போட்டேன்.*

பாலா: *அதனாலே முருகன் சந்தோஷப்பட்டிருப்பான்னு நினைக்கிறீங்களா?*

பெரி: *அருள் புரிவார்.*

பாலா: *அந்த 500 ரூபாயை ஏழைப் புள்ளைங்களுக்கு செலவழிச்சிருந்தா இன்னும் அருள் புரிஞ்சிருக்க மாட்டாரா? பத்து லாட்டரி டிக்கட் வித்தா ஒரு பன் கிடைக்கும்னுட்டு பொட்டிக்கு பொட்டி அலையுதே ஏழைப் புள்ளைங்க எத்தனை பேரு.*

கண: *சார், ரொம்ப தர்க்கம் பண்றேளே, நீங்க நாஸ்தீகரா, கடவுள் நம்பிக்கை கிடையாதா?*

பாலா: *எனக்கு ஏதுங்க டைம்?*

கண: *ஆமாமாம் பிஸ்னஸ்ஸோல்லியோ. (லதா உட்கார்ந்தவாறே தூங்குகிறாள்) நீங்க என்ன சொன்னாலும்*

	எனக்கு பெரியவர் சொல்றதிலே நம்பிக்கை வந்துடுத்து.
பெரி:	அவருக்கும் நம்பிக்கை வரும்.
பாலா:	என் அனுபவம் அப்படி இல்லீங்க. கஷ்டமாவது சுகமாவது! காசு சம்பாத்தியம்தான் முக்கியத்துவம் வகிக்குது. கோவில்லயே பாருங்க. ஒரு கோயில் முள்ளும் செடியுமா வெளக்குக்கு எண்ணெய் இல்லாம தூங்குது. இன்னொரு கோயில் செழிக்குது. சாமியையே ஏர்கண்டிசன் பண்ணி வைச்சிருக்காங்க. ரெண்டும் கடவுள்தான். கடவுள்ள வித்தியாசம் இல்லை. சுத்துப்பட்ட மனுஷனோடு சாமார்த்தி யத்தைப் பொருத்துத்தான் கடவுளுக்கு வாழ்வு தாழ்வு.
பெரி:	நீங்க நாஸ்திகர்னு நெனைக்கிறேன்.
பாலா:	ஏங்க.
பெரி:	உளன் எனில் உளன் அவன் உருவம் இவ்வுருவுகள். உளன் அளன் எனில் அலன் அவன் அருவம் இவ் வருவுகள்.
	கணபதி கொட்டாவி விடுகிறார்.
பெரி:	கடவுள் இருக்கார்னா அவன் உருவம். இல்லைன்னா அருவம்.
கண:	அடடா, யார் கண்ணதாசன் பாட்டா?
பெரி:	இல்லை, நம்மாழ்வார்.
பாலா:	நான் ஒரு பாட்டு சொல்றேங்க. சாத்திரங்கள் ஓதுகின்ற சட்டநாத பட்டரே, வேர்த்து இரைப்பு வந்தபோது வேதம் வந்து உதவுமோ. எல்லா சாஸ்திரங்களைப் படிச்சாலும் கடைசி காலத்திலே சாவற சமயத்திலே, சாகக் கிடக்கிறபோது வேதமா உதவப் போவுது? சார் ரொம்பக் கொட்டாவி விடுகிறார். நீங்கள்ளாம் படுத்துக்கலாம். நான் முளிச்சுக்கிட்டுத்தான் இருப்பேன்.
சுரேஷ்:	அப்பா, எனக்கு தூக்கம் வரதப்பா.

பாலா: தம்பி அது நிஜ வாட்சா?

கல்: ஆமா. அவன் மாமா ஜெர்மனிக்குப் போயிருந்த போது வாங்கிண்டு வந்தான்.

பாலா: சின்ன பிள்ளைங்களுக்கெல்லாம் வாட்சைப் போட்டு வைக்காதீங்க. எவனாவது பிடுங்கிட்டுப் போய்டப் போறான்.

கல்: கழட்டிக் குடுத்திடுடா. அவர் சொல்றதும் நிஜம் தான்.

சுரேஷ்: உஹூம். மாட்டேன்.

பாலா: தூங்கினப்புறம் கழட்டிக்கலாம், விடுங்க.

கல்: ஏண்டிம்மா, நீ அப்படியே தூங்கிடறயா?

லதா: ஆமா ஆண்ட்டி. நான் உக்காந்து தூங்கிடறேன். நீங்க ஸ்பரெட் பண்ணிக்கிங்க.

பாலா: முருகன் எப்படித் தூங்கப் போறாரு?

பெரி: நான் அப்படியே கெடக்கிறேன்.

கண: நீங்க?

பாலா: நீங்கள்ளாம் தூங்குங்க. நான் முழிச்சுக்கிட்டிருக் கேன். உங்களுக்கெல்லாம் காவல். நீங்க ஒண்ணு செய்யுங்க. பெட்டியைத் தலைமாட்டிலே வைச்சு கிட்டு அப்படியே படுத்துடுங்க. பெரியவர் அடுத்த பக்கம் படுத்துக்கட்டும். பையா, நீ மேலே படுத்துக் கிடலாம். விழாம இருப்பியா?

சுரேஷ்: விழமாட்டேன்.

பாலா: நீங்க ரெண்டு பேரும் அங்கே.

விளக்கு மெதுவாக இருள்கிறது. நீல விளக்கு சிறிது நேரம். பாலா மெதுவாக நிதானமாக கணபதியின் தலைமாட்டில் இருக்கும் பெட்டியை எடுத்து அதைத் திறந்து அதில் இருக்கும் பணத்தை எடுத்துக்கொள்கிறான். (இது தெரியும் வகையில் ஒளி இருக்க வேண்டும்.) பெட்டியை மூடி, தலைமாட்டில் வைத்து விடுகிறான்.

பெரியவர் இருமுகிறார். பாலா உட்கார்ந்து தூங்குவதுபோல் பாவனை செய்ய, பெரியவர் லைட்டைப் போட்டு தலையில் முண்டாசு

கட்டிக்கொண்டு வெளியில் செல்கிறார். விளக்கு எரிகிறது. பாலா எழுந்து நோட்டை ஆராய்கிறான். மற்றவர்கள் தூங்குகிறார்கள். ஒரு புதியவன் தோன்றுகிறான். அவன் பெயர் முத்து. பார்த்துக்கொண்டே வருகிறான்.

முத்து: அட பாலா! நீ இந்த வண்டிலேதான் இருக்கியா.

பாலா: *(திடுக்கிட்டு)* உஸ்ஸ். மெல்லப் பேசு. முத்து, நீ எங்கேடா இங்க வந்தே.

முத்து: நானும் இந்த வண்டிலதான் சேலம் வரேன். பங்காருப்பேட்டையிலே இந்தப் பொட்டியிலே ஏறிக்கினேன். ஏதாவது தேறுதான்னுட்டு. உன் குரல் கேட்டுது. இரண்டு தடவை வந்து போனேன். அந்த சைடுலே இருந்தேன். இருட்டா இருந்தது. பாலா, நீ இங்கதான் இருக்கியா? சேலம் போறீயா, போ. போ. நான் முந்தாநாள்தான் சேலத்திலிருந்து வந்தேன். ரெண்டு நாளா உன்னைத்தான் பெங்களூர்லே தேடிக்கிட்டிருந்தேன்.

பாலா: என்னடா?

முத்து: உங்கம்மா ஆஸ்பத்திரியிலே இருக்காங்க பாலா, தெரியாதா உனக்கு?

பாலா: *(உரக்க)* என்னடா ஆச்சு?

முத்து: உனக்குத் தெரியாதா? ராணி கடுதாசி போடலியா?

பாலா: தெரியாதுடா, என்ன அவளுக்கு?

முத்து: என்னவோ சொல்றாங்க; ரத்தமா வாந்தி எடுக்கு தாம், சீரியஸாத்தான் இருக்குது. தர்மாஸ்பத்திரி யிலே சரியா கவனிச்சுக்கலை. எம்மவன் எங்கே, எம்மவன் எங்கேன்னு ஒரே புலம்பல்.

மற்றவர்கள் இடையில் ஒவ்வொருவராக எழுந்துவிடுகிறார்கள்.

பாலா: எனக்கு இதெல்லாம் தெரியாதுடா.

கண: என்ன சார் ஆச்சு?

முத்து: இவங்க அம்மா ரொம்ப சீரியஸ்ஸா இருக்காங்க. அதான். ஆஸ்பத்திரி ரொம்ப மோசம் பாலா, சரியாவே கவனிக்கலை. கொஞ்சம் இருநூறு,

முந்நூறு ரூபா செலவழிச்சி நல்லா பிரவேட் ஆஸ்பத்திரியிலே அட்மிசன் பண்ணிட்டா தேறிடு வாங்க. பணம் வெச்சிருக்கியா.

பாலா: என்ன? பணமா?

முத்து: *(நிதானமாக)* பணம் கொஞ்சம் வெச்சிருக்க இல்லை?

கண: ஏன் சார், பணம் இல்லையா? நான் வேணா கொஞ்சம் கொடுக்கறேன் சார். எங்கேடி அந்தப் பெட்டி, கல்யாணி.

பாலா: சார், இருங்க, எனக்குப் பணம் வேண்டாம்.

கண: அதெல்லாம் கூடாது. என்ன ஒத்தாசை பண்ணீங்க நீங்க, வாங்கிக்கங்க. கொஞ்சமாவது வாங்கிக் கணும். கடனாத்தான் கொடுக்கிறேன். அப்புறம் திருப்பிக் கொடுத்துடலாம்.

பாலா: சார் வேண்டாம். வேண்டாம். பெட்டியைத் திறக்காதீங்க. திறக்காதீங்க.

கண: திறப்பேன். கொடுப்பேன். ஆபத்துக் காலத்திலே ஒத்தாசை பண்ணாட்டா என்ன மனுஷா? விடுங்க சார் பெட்டியை, பிடிவாதம் பிடிக்காதீங்க.

பெரி: வாங்கிக்க தம்பி, வாங்கிக்க. வைத்தியச் செலவுக்கு எப்படியும் பணம் வேண்டாமா?

முத்து: வாங்கிக்க பாலா.

பாலா: சும்மா இருடா. *(பிரமித்து நிற்கிறான்.)*

கண: *(பெட்டியைத் திறந்து பணத்தைத் தேட அதைக் காணாமல்)* கல்யாணி...

கல்: என்னண்ணா?

கண: இதிலே வைச்ச பணத்தைக் காணோம்டி.

கல்: என்னது? சரியாத் தேடிப் பாருங்களேன்.

கண: *(குழப்பம்)* காணோம்டி.

ஒரே திக்கைப் பார்த்துக் கொண்டிருந்த பாலா தீர்மானிக்கிறான்.
தன் பையிலிருந்த பணத்தை எடுக்கிறான்.

பாலா: என்னது? காணோமா? கொஞ்சம் ஒதுங்குங்க, நான் தேடிப் பார்க்கிறேன். *(கீழே உட்கார்ந்து, அடியில் தேடுவது போல பாவனை செய்து)* இதோ பாருங்க. கீழே விழுந்து கிடக்கு. தூங்கறபோது நழுவிக் கீழே விழுந்திருக்கும்.

கண: என்ன ஆச்சு எனக்கு? இன்னிக்கு எல்லாம் தொலைஞ்சு தொலைஞ்சு ஆப்படறது. சார், நீங்க என்ன சொன்னாலும் சரி. கொஞ்சம் பணமாவது எங்கிட்டேந்து வாங்கிண்டுதான் ஆகணும்.

பாலா: இல்லீங்க, நான் பணம் புரட்டிடுவேன். வேண்டாங்க வெச்சுக்கங்க. முத்து, சேலம் வந்திடுச்சு போல இருக்கு. வாடா.

கண: *(கையில் பணத்துடன் அவன் போன திக்கையே பார்த்துக் கொண்டு)* என்ன ஒரு பெரிய மனுஷன் பாத்தியா, இவன் மாதிரி நம்ப நாட்டிலே நிறையப் பேர் வேணும் கல்யாணி.

(திரை)

- முற்றும் -

மந்திரவாதி

மந்திரவாதி

திரை விலகியதும் மற்றொரு திரை, ஜிலு ஜிலு என்று, அதன் குறுக்கே ராஜா உலகப் புகழ் மந்திரவாதி என்று பெரிதாக எழுதியிருக்கிறது. பின்னணியில் துடிப்பான சங்கீதம் ஒலிக்கிறது. சங்கீதம் குறைந்து... குரல்:

'அன்பர்களே! நீங்கள் இதுவரை பார்த்துவந்த வித்தைகளை விடப் பன்மடங்கு அற்புதமான மாயவித்தையைப் ப்ரொபஸர் ராஜா இப்போது செய்து காட்டுவார். பர்மா, சிங்கப்பூர், தாய்லாந்து, பிலிப்பைன்ஸ், ஜப்பான் செல்வதற்குமுன் ராஜா அவர்கள் இந்தியா வில் செய்துகாட்டப்போகும் கடைசிக் காட்சியை ரசித்துச் சுவைக்க, பெரியோர்களையும் தாய்மார்களையும் தம்பி தங்கைகளையும் எங்கள்... சபா சார்பாக வேண்டிக்கொள்கிறோம். இனி ப்ரொபஸர்...'

(இசை)

ப்ரொபஸர் ரா...ஜா!

திரை விலக மேடையின் பின்னணியில் கருநீலத் திரை. நட்டநடுவே வசீகரமாக உடை அணிந்துகொண்டு ஒரு இளம் பெண் ஜிலுஜிலு என்று. அவள் மார்பில் உடை பளபளக்கிறது!

ப்ரொபஸர் ராஜா தனியாக, அழுந்தத் தலைவாரிக்கொண்டு பட்டாம் பூச்சி காலர், நீள கோட்டு அணிந்துகொண்டு, பென்சில் மீசை வைத்துக் கொண்டு, வெள்ளை ஷர்ட், கருப்புப் பிரம்பு... சினிமாஸ்கோப் சிரிப்பு...

அந்தப் பெண் நேர்ப் பார்வை பார்த்துக்கொண்டு நிற்கிறாள். அவளும் சிரிக்கிறாள். நாடகச் சிரிப்பு. செயற்கைச் சிரிப்பு.

ராஜா: மஹ்ஹா ஜனங்களே! இதுவரை நீங்கள் பார்த்த வித்தைகள் எல்லாம் வெறும் மேஜிக் என்று சொல்லுவார்கள். இனிமேல்தான் The real thing! ரோஸி!

ரோஸி: *ராஜா! (நேர்ப்பார்வை விலகாமல் பேசுகிறாள்)*

ராஜா: *உனக்குப் பயமாக இல்லையா?*

ரோஸி: *எதற்கு பயம் ராஜா?*

ராஜா: *உன்னை ஒரு கூண்டில் அடைக்கலாமா ரோஸி?*

ரோஸி: *அடைக்கலாம்.*

ராஜா: *அடைத்தால் பயப்படுவாயா?*

ரோஸி: *மாட்டேன்.*

ராஜா: *அடைத்தபின் அந்தக் கூண்டைப் பூட்டி...*

ரோஸி: *பூட்டு.*

ராஜா: *சாவியை நான் முழுங்கிவிட்டால்!*

ரோஸி: *முழுங்கு ராஜா!*

ராஜா: *அந்தக் கூண்டில் ஒரு கத்தியைப் பாய்ச்சி சத்தக் சத்தக் என்று குத்தினால்...*

ரோஸி: *குத்து ராஜா!*

ராஜா: *(எதிரே பார்த்து) தைரியமான பெண்பிள்ளை. உங்களிலிருந்து ஒரு தைரியமான ஆண்பிள்ளை வரவேண்டும். யாராவது... (முன்னால் வந்து, முன் வரிசையில் உட்கார்ந்திருக்கும் ஒரு இளைஞனைப் பார்த்து) மிஸ்டர், நீங்க வரீங்களா?*

இளைஞன்: *(கீழே இருந்து) என்னையா?*

ராஜா: *ஆமாம். நீங்கதான்! (இளைஞன் சூயிங்கம் ஒன்றை மென்றபடி மேடைக்கு வர, வெளிச்சத்தில் கண் கூசப் பெண்ணைப் பார்த்து 'ஹலோ' என்கிறான். (அவள் நேர்ப்பார்வை விலகுவதில்லை)*

ராஜா: *(இளைஞனைத் தட்டிக்கொடுத்து) தைரியமான இளைஞன்! (அவனை ஒரு தடவை முறைத்துப் பார்த்துவிட்டுச் சிரிக்கிறார்) உங்கள் பெயர்?*

இளை:	சந்திரசூடன். சந்தர்.
ராஜா:	குட்! சந்திரசூடன்! *(ஒரு சில்க் துணியைப் பையிலிருந்து எடுத்து)* இந்தத் துணியைப் பாருங்கள்.
சந்:	*(பார்த்து)* என்ன?
ராஜா:	இதில் ஏதாவது ஓட்டை கீட்டை இருக்கிறதா?
சந்:	இல்லை.
ராஜா:	இதை இந்தப் பெண்ணின் கண்ணில் கட்டுங்கள்.
இளை:	வித் ப்ளெஷர்! *(அவள் கண்ணைக் கட்டுகிறான்.)* இது எத்தனை விரல்? *(அவள் பதில் அளிக்கவில்லை.)*
ராஜா:	ரோஸி.
ரோ:	எஸ் ராஜா!
ராஜா:	இந்த ஆள் உன் கண்ணைக் கட்டிவிட்டார்.
ரோஸி:	கட்டிவிட்டார்.
ராஜா:	கண் தெரியவில்லை!
ரோ:	தெரிகிறது. *(இளைஞனும் ராஜாவும் திடுக்கிடுகிறார்கள்)*
இளை:	தெரிகிறதா? சரியாத்தானே கட்டினேன்!
ராஜா:	கட்டின கண்ணா தெரிகிறது?
ரோ:	இல்லை ஞானக்கண். *(இளைஞன் கன்னத்தில் கையை வைத்துக்கொள்கிறான்.)*
ராஜா:	நம் நண்பர் சந்திரசூடன் என்ன செய்து கொண்டிருக்கிறார்? ஞானக் கண்ணால் பார்த்துச் சொல்.
ரோஸி:	கன்னத்தில் கை வைத்திருக்கிறார். *(திடுக்கிட்டு எடுத்து விட)*
ரோ:	எடுத்துவிட்டார்.
	(ஒரு சுற்று சுற்றித் திரும்புகிறான்.)
ரோ:	சுற்றுகிறார்.

(நடராஜர் போல் டான்ஸ் போஸில் நிற்கிறான்.)

ரோ: நடராஜர் போல் நிற்கிறார்.

இளை: ஓகே! என் பையில் என்ன இருக்கு என்று சொல்லச் சொல்லுங்க.

ரா: அவர் பையிலே என்ன இருக்கிறது என்று சொல்லச் சொல்கிறார்.

ரோ: பத்து ரூபாய் நோட்டு... நம்பர்... 587165... அப்புறம் செங்கல் வர்ணத்தில் ஒரு கர்சீப். அப்புறம் ரேஸர் ப்ளேடு ஒன்று... அப்புறம் வில்ஸ் ப்ளேக் சிகரெட் பாக்கெட் ஒன்று.

ராஜா: ரோஸி! அந்த ஆளை நமக்கு முன்னமே தெரியுமா?

ரோஸி: தெரியாது!

ராஜா: நோட்டின் நம்பர் சரியா?

இளை: *(பார்த்து)* சரிதான்.

ராஜா: சந்திரசூடன்! மஹாஜனங்களிடம் சொல்லும்... நீங்கள் யார் என்று. உங்களுக்கும் எனக்கும் முன் பின் பரிச்சயம் ஏதாவது உண்டா என்று... அவர்களுக்குச் சந்தேகம் ஏற்படக்கூடாது.

சந்: என் பெயர் சந்திரசூடன். நான் மணலி ரிஃபைன ரிஸ்லே இன்ஜினியரா இருக்கேன். கல்யாணம் ஆகலை. இவரை எனக்கு முன்னே பின்னே தெரியாது. ஓசி பாஸ் கிடைச்சுது. ஷோ பார்க்க வந்தேன்... இங்கே கூப்பிட்டாரு!

ராஜா: மஹாஜனங்களே! சந்திரசூடன் அவர்களை நாம் ஒரு கேள்வி கேட்கலாம்! சந்திரசூடன் அவர்களே! உங்களுக்கு மிகவும் சிரமம் என்று தோன்றக்கூடியது எதுவாக இருந்தாலும் கேளுங்கள்! செய்து காட்டுகிறோம்! என்ன ரோஸி?

ரோஸி: செய்து காட்டலாம்...

இளை: *(தலையை சொறிந்து)* வந்து ... கஷ்டமானதா? ம்.... வந்து... இந்த ப்ளேடை முழுங்குங்க.

ரா: அவர் என்ன சொல்கிறார்?

ரோ: ரேஸர் பிளேடை முழுங்கச் சொல்கிறார்.

ரச: முழுங்கலாம். *(அவனிடமிருந்த ரேஸர் பிளேடை வாங்கி அதைப் பிரித்துக் காட்டி அதை வாயில் போட்டுக் கடித்து விழுங்குகிறார்.)*

இளை: நிஜமாகவே முழுங்கிட்டீங்களா? வலிக்கலே?

ராஜா: *(வாயைத் திறந்து அவனிடம் காட்டி)* ஏதாவது இருக்கிறதா?

இளை: இருக்கிறது! தங்கப்பல்.

ராஜா: பிளேடு?

இளை: இல்லை! முழுங்கிட்டீங்களா? 5 ரூபா ஒரு பிளேடு!

ரா: ரோஸி!

ரோ: ராஜா.

ரா: அவருக்கு பிளேடு திரும்ப வேண்டுமாம்! *(ரோஸி தன் மார்பிலிருந்து ஒரு பிளேடு எடுத்துக்கொடுக்கிறாள்.)*

இளை: திறந்து பார்க்கலாமா?

ராஜா: எதை?

இளை: பிளேடை!

ராஜா: தாராளமா... மஹ்ஹா ஜனங்களே, நீங்கள் இதுவரை பார்த்ததெல்லாம் சாதாரண வித்தைகள், இனிமேல் தான்... நம் ரோஸியை இந்தப் பெட்டியில் அடைத்து... பூட்டி ... அவளை நம் நண்பர் மணலி சந்திரசூடன் அவர்கள் இந்தப் பட்டாக் கத்தியால் குத்தப் போகிறார்... ரத்தம் வரப் போகிறது.

இளை: சார், எனக்கு அவசரமா ஷிஃப்ட் இருக்கு, போகணும்.

ராஜா: ரோஸி!

ரோஸி: சந்திரசூடன் பயப்படுகிறார்.

சந்: அதெல்லாம் இல்லை! ராத்திரி 12 மணிக்கு சுடுகாட்டில் நடப்பேன்! ஆ! எனக்கு பஸ்ஸுக்கு நாழியாறது! நான் போறேன்... *(வெளியே நடக்கிறான்.)*

ராஜா: (அதட்டலுடன்) சந்திரசூடன்.

சந்: (நிற்கிறான்)

ராஜா: திரும்பி வா!

(தூக்கத்தில் நடப்பதுபோல் திரும்பி வருகிறான்.)

ராஜா: நில்!

(ரோஸியின் வெகு அருகே அப்படியே அசையாமல் நிற்கிறான்.)

ராஜா: (ஜனங்களைப் பார்த்துச் சிரித்து) ரோஸியைக் கூண்டில் அடைக்கலாமா?

(இருள்கிறது)

ரோஸி மிக எளிமையாகப் புடைவை அணிந்துகொண்டு கையில் புத்தகங்களுடன் ஒரு பஸ் நிலையத்தில் நிற்கிறாள். சந்திரசூடன் வருகிறான்.

சந்: ஹலோ!

ரோஸி: (அவனை அடையாளம் கண்டுகொள்ள முடியாமல்) யார் நீங்க?

சந்: என்னை அடையாளம் தெரியலை? சந்திரசூடன்!

ரோஸி: சந்திரசூடன்? அப்படி எனக்கு ஒருத்தரையும் தெரியாதே!

சந்: ஸாரி! நீங்கதானே ரோஸி! ப்ரொபஸர் ராஜாவோட மாஜிக் ஷோவில் ஜிலுஜிலுன்னு நின்னுகிட்டே 'ரோஸ்ஸி' என்று கூப்பிட்டா, 'ராஆஜ்ஜா' என்று பதில் கொடுத்தீர்களே!

ரோ: ஆமாம். நான்தான் அது!

சந்: அப்ப, போன ... வெள்ளிக்கிழமை சபாவிலே ஷோ நடந்த போது முதல் வரிசைலே உட்கார்ந்திருந்தேன். என்னைக்கூட அவர் கூப்பிட்டாரு. ப்ளேடெல்லாம் முழுங்கினாரு. நீங்க கூட ப்ளேடு எடுத்துக் குடுத்தீங்களே! எங்கிருந்து எடுத்துக் குடுத்தீங்க?

ரோ: (சற்று வெட்கப்பட்டு)... ஞாபகமில்லே!

சந்: எனக்கு நல்லா ஞாபகம் இருக்கு! நான்தான் உங்களை கத்தியாலே சதக்குனு குத்தினேன்.

பொட்டிலே அடைச்சேன். கத்தியால குத்தினேன். அப்புறம் அவரு 'ரோஸ்ஸி'ன்னாரு! ஆடியன்ஸ் லேருந்து ஓடி வந்தீங்க! அந்த ட்ரிக்கை அவரு எப்படிச் செய்யறாரு?

ரோ: அதை நான் சொல்லக்கூடாதுங்க!

சந்: அவரைப் பார்த்தா கொஞ்சம் பயமா இல்லே? அவர் சிரிக்கிறதே ஒரு மாதிரி இல்லே?

ரோ: சேச்சே! அவர் நல்லவர்.

சந்: உங்க பேர் வெறும் ரோஸியா!

ரோ: ஸ்டேஜுக்கு அது பேரு. உண்மைப் பேரு மரகதம்.

சந்: என்ன பண்றீங்க!

ரோ: படிக்கிறேன். பி.ஏ.

சந்: தினம் ஷோவுக்குப் போய்க்கிட்டு உங்களுக்குப் படிக்கவும் முடியறதா? ஆச்சரியமா இருக்கே.

மர: அது பாட்டுக்கு அது, இது பாட்டுக்கு இது!

சந்: மரகதம்! பேரு நல்லா இருக்கே. கொஞ்சம் தகதகக் குதுதே! எத்தனை பேர் உங்களை ரம்பத்தாலே அறுத்திருக்காங்க? கத்தியாலே குத்தியிருக்காங்க?

மர: நிறையப் பேரு.

சந்: அந்த ஆள்கிட்ட எம்ப்ளாய்டா நீங்க?

மர: *(சிரித்து)* இல்லே! அவர் எனக்கு மாமா! அவர்தான் என்னை வளர்த்தாரு!

சந்: காலேல ப்ரெக்ஃபாஸ்டுக்கு என்ன சாப்பிடுவாரு? பிளேடா?

மர: சேச்சே, அதெல்லாம் இல்லை. அந்த ட்ரிக் எல்லாம் ஈசியாச் செய்யலாம்...

சந்: எனக்கு என்னவோ எல்லாம் ஒரு மாதிரியா இருந்தது. ஒரு விதமா பொய்யா, அந்த ஸ்டேஜே அப்படி இருந்தது. உங்களைத் தொட்டுப்பார்த்தா காத்தா இருப்பீங்களோன்னு இப்பக்கூட தோணுது! நீங்க நிஜமா? இல்லை கனவா? தொட்டுப் பார்க்கலாமா?

மர: எல்லாம் நிஜம்தான்! அப்ப உங்களைச் சந்திச்சதிலே ரொம்ப சந்தோஷம்!

சந்: 'போய்ட்டு வா'ங்கறீங்க.

மர: சேச்சே! உங்களுக்குத்தான் வேலை இருக்கும்! மணலியிலே... *(உதட்டை மெல்லக் கடித்துக் கொள்கிறாள்.)*

சந்: ஞாபகம் வெச்சுக்கிட்டுதான் இருக்கீங்க! முதல்லே ஞாபகம் இல்லைன்னு சொன்னதே பொய்!

மர: இப்பத்தான் ஞாபகம் வந்தது.

சந்: சந்தோஷம், பஸ் வரும்னு மனப்பால் குடிக்கா தீங்க. வாங்க காப்பி குடிக்கலாம்.

மர: இல்லீங்க! Some other time.

சந்: அப்ப வீட்டு அட்ரஸ் கொடுங்களேன். உங்களை வீட்டிலே வந்துப்பார்க்கலாமா?

மர: வீட்டிலயா?

சந்: ஏன், ப்ரொபஸர் உள்ளே விடாம மந்திரம் போட்டுடுவாரா?

மர: அப்படி இல்லை.

சந்: பின்னே அட்ரஸ் குடுங்க.

மர: *(யோசித்து)* சரி, எழுதிக்கங்க.

(இருள்கிறது)

(ப்ரொபஸரின் வீடு, ஓவிய பாணியில் இருக்கிறது. ப்ரொபஸர் உட்கார்ந்திருக்க எதிரே சந்திரசூடன் உட்கார்ந்திருக்கிறான்.)

ப்ரோ: உங்க மாதிரி இளைஞர்கள் மேஜிக் பற்றி இவ்வளவு அக்கறை எடுத்துக்கறது அபூர்வம்! நிறையப் படிச்சிருங்கீங்களே!

சந்: எனக்குச் சின்ன வயசிலிருந்தே உங்களைப்பத்தி எவ்வளவோ தடவை கேள்விப்பட்டிருக்கேன்! அன்னிக்கு உங்க ஷோ Superb.

ப்ரொ: இன்னும் எவ்வளவோ பண்ணனும். அமெரிக்காவிலே ராபர்ட் ஜான்ஸன் ஜூனியர் ஒருத்தர் இருக்கார். மகா விற்பன்னர்! இதை என்னமோ மந்திரம்; பில்லி சூனியத்தோட சம்பந்தப்படுத்தறாங்க! மேஜிக்ங்கறது ஒரு திறமை!

சந்: ப்ரொபஸர் எனக்கு ரொம்ப நாளா ஒரு ஆசை!

ப்ரொ: என்ன?

சந்: உங்ககிட்ட நான் மாஜிக் கத்துக்கணும். உங்களைப் பத்திப் படிச்சதிலிருந்தே எனக்கு ஆசை!

ப்ரொ: என்னைப் பத்தி எங்கே படிச்சீங்க?

சந்: ஏதோ ஒரு பேப்பர்லே பெரிசா ஆர்ட்டிக்கிள் வந்திருந்ததே. நீங்க சர்க்காரை சவால் விட்டது.

ப்ரொ: அட! எல்லாம் தெரிஞ்சு வெச்சுக்கிட்டிருக்கீங்களே!

சந்: நீங்க பொறந்தது 1930, சரியா?

ப்ரொ: கரெக்ட்!

சந்: என்னை உங்க சிஷ்யனா ஏத்துப்பீங்களா? உங்களுக்கு வேஷ்டி கூடத் தோச்சுப் போடறேன். ஞாயிற்றுக்கிழமைகளிலே!

ப்ரொ: *(சிரித்து)* அதெல்லாம் வேண்டாம்! ஆதாரமாக Sincereஆ இருந்தாப் போதும்.

சந்: *(சற்று விழிக்கிறான்...)* அப்புறம் இந்த மெஸ்மரிஸம், ஹிப்னாடிசம் இதெல்லாம் கூட எனக்கு அவசியமில்லைன்னு தோண்றது.

ப்ரொ: ஏன் பயமா இருக்குதா?

சந்: *(தயங்கி)* ஆமாம்.

ப்ரொ: பயப்படாதீங்க...உங்களை நான் ஒண்ணும் பிடிச்சு சாப்பிட்டுட மாட்டேன்.

சந்: எங்க உங்க டாட்டர்?

ப்ரொ: அது என் டாட்டர் இல்லை. என் தங்கை மகள். சின்ன வயசிலேயே அப்பா, அம்மா இல்லாம என்னோட

	தான் வாழ்ந்துகிட்டு வரா. காலேஜுக்குப் போயிருக்கா, வந்துடுவா!
சந்:	அட! காலேஜ் கூடப்படிக்கிறதா?
ப்ரொ:	அது பாட்டுக்கு அது. இது பாட்டுக்கு இது.
சந்:	ப்ரொபஸர்! என் ஆசையை நிறைவேற்றுவீர்களா? என்னை உங்க சிஷ்யனா ஏத்துக் கொள்வீர்களா? ஆகவே நான் தினம் தூரத்திலேருந்து ஏகலைவன் மாதிரி கவனிச்சுக்கிட்டு... ஒரு நாள் உங்களையே பீட் பண்ணிடுவேன்.
ப்ரொ:	வேண்டாம்.
சந்:	உங்க ஷோவிலே ஆண்கள் யாரும் வேண்டாமா?
ப்ரொ:	ஜனங்க வரமாட்டாங்க. நீங்க கவலைப்படாதீங்க. கொஞ்சம் அந்தக் கர்சீப்பை எங்கிட்ட கொடுக்கறீங் களா?'

(சந்திரசூடன் தன் பையில் இருக்கும் கர்ச்சீப்பை எடுக்க...ஏறக்குறைய அது சவுக்கம் அளவுக்கு வந்துகொண்டே இருக்கிறது)

சந்:	இது எப்படி இவ்வளவு நீளமாச்சு?
ப்ரொ:	அதுதான், நீங்க கத்துக்கப் போற முதல் ட்ரிக்! (மரகதம் வருகிறாள் புத்தகங்களுடன்)
மர:	அப்பப்பா இந்த பஸ்ஸிலே நான் படற அவஸ்தை! (சந்திரசூடனைப் பார்த்து திடுக்கிடுகிறாள்....) நீங்க?
ப்ரொ:	மரி! மீட் மிஸ்டர்...
சந்:	சந்திரசூடன்.
மரக:	மாமா, நான் இவரை...
சந்:	(அவசரமாக) வெள்ளிக்கிழமை ஷோவிலே பார்த் தீங்களே! ஸ்டேஜுக்குக்கூட வந்தேனே! நான்தான். எனக்கு ப்ரொபஸர்கிட்ட மாஜிக் கத்துக்கணும்னு ரொம்ப ஆசை. அதுதான் அட்ரஸ் தேடிக்கிட்டு வந்து ப்ரொபஸரை வேண்டிக்கிட்டேன். என்னை எப்படியாவது சேர்த்துக் கிட்டுத்தான் ஆகணும்னு... அவரும் மனமுவந்து ஒப்புக்கிட்டு இருக்கார்.

மர:	*(சந்தேகத்துடன்)* ஓஹோ!
ப்ரொ:	ரொம்ப ஆவலா இருக்காரு. மத்யானம் மூணு மணி லேருந்து கேட்டுக்கிட்டே இருக்காரு. ஸாரி, நான் உங்களுக்கு இன்னும் காப்பிகூட கொடுக்கலை.
மர:	நான் போட்டுக் கொண்டுவரேன் மாமா. *(போகிறாள், திரும்ப அவனைப் பார்க்கிறாள்...)*
ப்ரொ:	என்னம்மா இவரை அப்படிப் பார்க்கிறே?
மர:	இல்லை மாமா வந்து...
சந்:	தனக்குப் போட்டியா வந்துட்டானேன்னு கொஞ்சம் கவலை இருக்கும்!
மர:	அந்தக் கவலை இல்லை...
சந்:	எங்கே உங்க மிஸஸ்! ஊருக்குப் போயிருக்காங்களோ?
ப்ரொ:	எனக்கு மிஸஸ் கிடையாது. நான் கல்யாணம் செஞ்சுக்கவே இல்லை! எல்லா நேரமும் இந்த மேஜிக்லயே புதுசு புதுசா ட்ரிக்குகளை கண்டுபிடிக் கிறதிலேயே செலவழிச்சுட்டேன்...
சந்:	இப்பக் கூட லேட் இல்லை; நீங்க கல்யாணம் பண்ணிக்கலாம்! அப்படி ஒண்ணும் உங்களுக்கு...
ப்ரொ:	ஜெர்மனில ஒரு பழமொழி சொல்வாங்க. கல்யாணம் கறது, ஒரு கிளாஸ் பியருக்காக பியர் கடையையே வாங்கறாப்பல என்பாங்க!
சந்:	எல்லோரும் செஞ்சுக்கிறாங்களே!
ப்ரொ:	நீங்க ஏதாவது பொண்ணு பாத்து வச்சிருக்கீங்களா?
சந்:	பார்த்துக்கிட்டிருக்கேன்! பாத்துக்கிட்டிருக்கேன். மரி மரின்னா கூப்பிடறீங்க அந்தப் பெண்ணை?
ப்ரொ:	கன்னடத்திலே மரின்னா சின்னப்புள்ளை, குட்டின்னு அர்த்தம். நாய் மரின்னா நாய்க்குட்டி. எப்போதும் எனக்கு அவ சின்னப்பிள்ளை மாதிரிதான்! பத்தொன்பது வயதுதான் ஆவுது...
சந்:	நீங்கள்ளாம் கன்னடக்காரங்களா?

முதல் நாடகம் / 115

ப்ரொ:   ஆமா முன்னோர்கள் தமிழ்நாட்டில. ரெண்டு ஜெனரேஷன் ஆய்டுச்சு. தமிழ்க்காரங்கன்னுதான் சொல்லணும்...

சந்:   நீங்கள்ளாம் ராவ் மாதிரியா?

ப்ரொ:   ஆமா!

சந்:   எப்படி மாஜிக் தொழில்லே பூந்தீங்க... சாதாரணமா ராவ்னா தையக்காரங்க... இல்லை ஹோட்டல் காரங்களாத்தானே இருப்பாங்க?

ப்ரொ:   எப்படியோ ஒங்க மாதிரிதான்னு வெச்சுக்கங்களேன். ஒரு விதமான ஆர்வம். *(மரகதம் காப்பி கொண்டு வருகிறாள்.)*

மர: ஷுகர் போறலென்னா சொல்றீங்களா?

சந்:   சரியாத்தான் இருக்கும்.

மர: டேஸ்ட் பண்ணாம எப்படிச் சொல்றீங்க!

சந்:   அதுவும் ஒரு மாஜிக். நான் ஆளைப் பார்த்தாலே காப்பிக்கு சர்க்கரை கரெக்டா போடுவாங்களா இல்லையான்னு சொல்லிடுவேன்!

ப்ரொ:   *(காப்பியை மடக் மடக்கென்று குடித்துவிட்டு)* ஒரே ஒரு நிமிஷம், இவரோட பேசிக்கிட்டிரு மரி! எனக்கு ஒரு சின்ன ஜோலி இருக்குது....லெட்டர் எழுதணும். அந்த மலேசியா பார்ட்டி இல்லை... *(செல்கிறார்.)*

மர: நீங்க என்ன அப்படி? உங்களுக்கு நிஜமாவே மேஜிக் மேல் ஆர்வமா?

சந்:   இல்லை.

மர: பின்னே?

சந்:   உங்க மேலேதான்!

மர: சே! அதுக்காக இப்படி எங்க மாமாகிட்ட பொய் சொல்லிக்கிட்டு... மிஸ்டர், அது ரொம்ப ஆபத்தான விஷயம். எங்க மாமா ரொம்ப சீக்கிரம் கண்டு பிடிச்சுடுவார். அவர் பார்த்தா எப்போதும் சிரிச்சுக்கிட்டே சாதுவா இருக்கார்...

சந்: கொஞ்ச நாள் போனதும் நானே அவர்கிட்டே சொல்லிடறேன்!

மர: என்னன்னு?

சந்: நான் உங்க மரியைக் கல்யாணம் செஞ்சுக்க விரும்பறேன்னு.

மர: இதுலே இன்னொரு பார்ட்டி இருக்குது தெரியுமா உங்களுக்கு?

சந்: யாரு, உங்களுக்குப் பாட்டி கீட்டி யாராவது இருக்காங்களா?

மர: நோ, நோ!

சந்: ஓ...எஸ்! மரகதம். உங்களை நான் அன்னிக்கு மேடையிலே கிட்டப் பார்த்த அந்த க்ஷணத்திலேருந்தே... தீர்மானிச்சுட்டேன் மரகதம். இவதாண்டா என் பத்தினி! ஊரூராத் தேடிக்கிட்டிருந்த என் மானசீக மனைவி திடீர்னு மார்பிலேர்ந்து எனக்கு எராஸ்மிக் ப்ளேடு எடுத்துக் குடுத்துட்டா! மரகதம்... அன்னிலேருந்து, நான் சரியா ஒரு வேளைகூடச் சாப்பிடலை! டைபாய்டு வந்தவன் மாதிரி இருக்கேன்... பீச்சுக்கு போகலை, பிக்சர் போகலை. ஃபாக்டரிக்கு போனா வேலை ஓடலை... பழங்காலத்து மெடீவல் கதாநாயகர்கள் மாதிரி மண்டியிட்டு உங்களைக் கேக்கவா? *(மண்டியிட்டுக் கொள்ளப் பிரயத்தனம் பட, 'சரக்' என்று சப்தம் கேட்க)* போச்சுடா!

மர: என்ன?

சந்: பேண்டு புதுசு! *(மூடிக்கொள்கிறான்.)*

மர: சிரிக்கிறாள். திரும்பத் திரும்பச் சிரிக்கிறாள்.

ப்ரொ: *(வருகிறார்)* என்னம்மா?

மர: இல்லை மாமா... இவர் வந்து... *(சிரிக்கிறாள்)* இவர் வந்து...

சந்: ஒண்ணுமில்லை சார். கொஞ்சம் உட்காரலாம்னு பார்த்தேன். அது வந்து... வந்து ... உங்ககிட்ட ஊசி நூல் இருக்குதா?

(மரகதம் சிரிக்கிறாள்.)

ப்ரொ: *(சிரிக்காமல் மரகதத்தைப் பார்த்து)* ஸ்டாப் இட் மரி!

மர: *(சிரிப்பு உறைந்துவிடுகிறது).*

ப்ரொ: வாழைப்பழத்திலே வழுக்கி விழுந்தவங்களை, இந்த மாதிரி சங்கடத்தில் இருக்கிறவங்களை எல்லாம் பார்த்துச் சிரிக்கிறது அநாகரிகம்! போய் ஊசி நூல் கொண்டு வா!

(பயந்த கண்களுடன் உள்ளே செல்கிறாள்.)

சந்: அடடா! இதுக்காக கோவிச்சுக்கலாமா? சிரிச்சா என்ன? நான் கூடத்தான் சிரிப்பேன்...

ப்ரொ: இல்லிங்க, அது அநாகரிகம். நான் இந்தப் பெண்ணை எவ்வளவு பாத்துப் பாத்து வளர்க்கறேன் தெரியுமா, வெள்ளைக்காரங்க மாதிரி!

(ஊசி நூல் கொண்டு வந்து வைக்கிறாள்.)

(சந்திரசூடன் அதை எடுத்துக் கொண்டு சுற்றிலும் பார்க்கிறான்.)

ப்ரொ: நீங்க அந்த ரூமுக்குள்ளே போகலாம்.

(சந்திரசூடன் ஒரு சைடு வாங்கிக்கொண்டே செல்ல)

(மரகதம் சிரிக்க பயப்பட்டு ப்ரொபஸரைப் பார்க்க)

ப்ரொ: *(உணர்ச்சி எதுவும் காட்டாமல் நிற்கிறார். அவன் சென்றதும்)* என்ன மரி! வீட்டுக்கு வந்தவங்ககிட்ட இப்படியா நடந்துப்பாங்க? ஒரு நாகரிகம் வேண்டாம்?

மர: ஸாரி மாமா!

ப்ரொ: இந்த ஸாரியைப் போல் மோசமான வார்த்தையை நான் பார்த்தில்லை. மரி, நீ இன்னும் குழந்தை இல்லை! இந்த மாதிரி எல்லாம் சிரிக்கிறது பன்னிரண்டு பதிமூணு வயசுப் பெண்ணுக்குத் தகுதியா இருக்கும். உன் வயசிலே என்ன நினைச்சுப் பாங்க தெரியுமா?

(மரகதம் நிமிர்கிறாள்.)

ப்ரொ:	சிரிக்கிறதிலேயும் ஒரு எல்லை இருக்கு... ஒரு grace இருக்கு! Behave like a maturd girl, என்ன?
மர:	(மெலிதான கண்ணீரைத் துடைத்துக்கொண்டு) சரி மாமா!
ப்ரொ:	போ!
மர:	(காப்பிப் கோப்பைகளை எடுத்துக்கொண்டு செல்ல)
சந்:	(தாண்டித் தாண்டி நடந்துகொண்டே வருகிறான்) தச்சாச்சு, நூல்தான் கொஞ்சம் வலுவா இருக் கணும்னு பிரார்த்திக்கிறேன். எங்கே மரி?
ப்ரொ:	உள்ளே போயிருக்கா. இனிமே அந்த மாதிரி சிரிக்க மாட்டா.
சந்:	அட! இந்தச் சின்ன விஷயத்தைப் பெரிசு படுத்தறீங்களே! In fact, எனக்கு அப்படி வெகுளித்தனமா சட்டுனு சிரிக்கிறவங்களைக் கண்டாப் பிடிக்கும்.
ப்ரொ:	எனக்குப் பிடிக்காது... அப்ப நீங்க அடுத்த திங்கள் கிழமை வாங்க.
சந்:	அதற்கு முன்னாலே முடியாதா? எனக்குள்ளே ஆர்வம் அப்படித் துடிக்கிறது!
ப்ரொ:	அடுத்த திங்கள் கிழமை வாங்க! குட்பை! Nice seeing you.

(இருள்கிறது. மறுபடி வெளிச்சம் வரும்போது ஹோட்டலின் Family room. சந்திரசூடனும் மரகதமும் உட்கார்ந்திருக்க)

சர்வர்:	என்ன சார் வேணும்?
சந்:	உன் பேர் என்ன?
சர்:	மணி!
சந்:	மணி! எது ரொம்ப நாழியாகும்?
சந்:	பேப்பர் மசாலா!
மர:	எனக்கு வேண்டாம்! எனக்குக் காப்பி போதும்.
சந்:	எனக்கு ஒரு அவசரமுமே இல்லை.

(சர்வர் செல்கிறான்.)

முதல் நாடகம் / 119

சந்: ஏன், அவர் மாட்டேன்னு சொல்லிடுவாரா என்ன! ஒரு நாள் இல்லை ஒரு நாள் நீ கல்யாணம் செஞ்சுக்கத்தானே வேணும். You are a grown up girl மரி!

(சர்வர் தண்ணீர் வைக்கிறான்.)

சந்: *(அவன் போகும் வரை காத்திருந்து)* எதுக்காக இப்படி நாம் பயந்து சாகணும்? கல்யாணங்கிறது உன்னோட சொந்தப் பிரச்னை இல்லையா! அதை நீதானே தீர்த்துக்கணும்.

மர: இல்லை சந்தர். அவர் சின்னப் புள்ளைலேருந்தே என்னை வளர்த்தவர். ஆளாக்கினவர். படிக்க வெச்சவர். நான் கட்டியிருக்கிற சேலை அவர் கொடுத்தது. நான் தின்னதெல்லாம் அவர் கொடுத்தது. இப்ப அவரை திடீர்னு விட்டுட்டுப் போய்ட முடியுமா? சொல்லுங்க! அவர் மேஜிக் ஷோ நான் இல்லைன்னா நடக்காது... என்னைத்தான் ஒன்பது வயசிலேருந்து பழக்கி இருக்கார். என்னை கம்ப்ளீட்டா கண்ட்ரோல் பண்ணி வெச்சிருக்கார். அவர் மனசிலே இருக்கிறதை எனக்கு அனுப்ப முடியும் அவராலே! என்னை ஹிப்னாடிஸத்திலே ஆழ்த்த முடியும். நீங்கதான் பார்த்தீங்களே அந்தரத்தில் ஸ்டிஃப் ஆகப் படுத்தேனே. எவ்வளவு தடவை அதுக்கு எவ்வளவு நாள் என்னைப் பழக்கி இருக்கார் தெரியுமா... அப்பப்பா!

சந்: *(சர்வர் காப்பியுடன் வருகிறான். அவன் சென்றதும்)* அதெல்லாம் சரி, ஆனா வாழ்நாள் முழுவதும் இப்படி ஸ்டேஜிலே பொம்மை மாதிரி நின்னுட்டு பாட்டி ஆறவரைக்கும் பண்ணிக்கிட்டே இருப்பியா?

மர: At least இன்னும் கொஞ்ச வருஷத்துக்காவது.

சந்: அதெல்லாம் நடக்காது... வா இப்பவே ஒரு சாட்சியைக் கூட்டிக்கலாம்... (சர்வர் மசால் தோசையுடன் வருகிறான்) இந்தாப்பா மணி...எங்களோட ரிஜிஸ்திரார் ஆபீசு வரைக்கும் வரயா?

மணி: எனக்கு மத்யான ஷிப்டாச்சே! இந்த ஃபேமிலி ரூம்! அப்புறம் வெளியிலே மூணு டேபிள் கவனிக்கணுமே அண்ணா!

மர:	Don't be silly! நீ போப்பா!..
	(மணி முறைத்துக்கொண்டே செல்ல)
சந்:	நேரா ரிஜிஸ்திரார் ஆபீசுக்கு போகவேண்டியது. கையெழுத்து போடவேண்டியது... கல்யாணம் பண்ணிக்க வேண்டியது. மாமாகிட்ட போய் 'மாமா ஆசீர்வாதம் பண்ணுங்கோ.'
மர:	ச்! அவ்வளவு சுலபமில்லை சந்தர்.
சந்:	நீ அவரோட அடிமையா என்ன?
மர:	ஒருவிதத்திலே அப்படித்தான். அவர் உட்கார்னா உட்காருவேன். அவர், உனக்குத் தலைவலி போலிருக்கேன்னா நிச்சயம் எனக்குத் தலை வலிக்கும் சந்தர்.
சந்:	கம்ப்ளீட்டா கண்ட்ரோல் பண்ணி வெச்சிருக்கான் மனுசன்! இது என்ன ரஷ்யன் கேஜிபி மாதிரி இருக்குது?
மர:	அப்படி இல்லை. அவருக்கு என் மேலே ரொம்ப அன்பு, ரொம்ப அக்கறை, பரிவு, பாசம் எல்லாம் உண்டு.
சந்:	அவர் உன் கல்யாணத்தைப் பற்றி ஏதாவது பேசி யிருக்காரா?
மர:	ம்ஹூம். இதுவரைக்கும் இல்லை.
சந்:	நீ கேட்டுப் பாரேன்.
மர:	ம்ஹூம். எனக்குப் பயமா இருக்கு.
சந்:	அப்ப நான் கேட்டுடறேன்! எனக்கு இதில் எல்லாம் தயக்கம் இல்லை...
மர:	ம்ஹூம். பிரயோசனமில்லை. நாங்க இப்ப மலேசியா, சிங்கப்பூர் எல்லாம் பதினைஞ்சு நாள் போகப் போகிறோம். அதற்கப்புறம்...
சந்:	அதெல்லாம் கிடையாது. நீங்க மலேசியா போற துக்கு முன்னாடியே இந்த விஷயத்தைத் தீர்மானிச் சுடணும்.

மர: இல்லை சந்தர். அவர் ரொம்பக் கோவிச்சுப்பார்...

சந்: இதப் பார் மரி. உன்னை அப்பட்டமா ஒண்ணு கேட்டுடறேன்.

சர்வர்: *(வருகிறான்)* வேறு என்ன சார் வேண்டும்?

சந்: இதப் பார், இந்தத் தோசை ஆறிப்போயிடுத்து, இதை எடுத்துட்டுப் போய் வேறு தோசை ஒண்ணு கொண்டா!

(சர்வர் இடுப்பில் கை வைத்து முறைத்துவிட்டு தோசையை எடுத்துச் செல்கிறான்.)

சந்: Blunt ஆகத்தான் இருக்கும். பதில் தீர்மானமாச் சொல்லணும். உனக்கு நான் வேணுமா? உங்க மாமா வேணுமா?

மர: *(குழப்பத்துடன்)* இதுக்கு நான் என்ன பதில் சொல்றது?

சந்: என்னோட வந்தா உனக்கு விடுதலை. அவரோட இருந்தா உனக்கு வாழ்க்கை முழுக்க ஸ்டேஜ். மேஜிக் ப்ளேடை முழுங்கறது... கல்யாணமாகாம அவஸ்தைப்பட்டுண்டு செக்ஸூங்கறது முழுக்க உனக்கு டினை ஆய்டும். புத்த பிட்சு மாதிரி ஆய்டுவே! இந்தப் பிரச்னையை நீ ஒத்திப் போடவே கூடாது. டமால்னு டிஸைட் பண்ணிச் சொல்லிடு...

மர: வந்து மாமாகிட்ட ஒரு வார்த்தை கேக்காமயா?

சந்: Don't be pig headed. அவர்கிட்டச் சொன்னா உடனே சம்மதிச்சு, டாட்டா காட்டி, ரெண்டு பேரையும் பங்களூருக்கு ஹனிமூனுக்கு அனுப்புவாருங் கறாயா? இதப் பார் மரி, உனக்கு உரிமை இருக்கு. அது தெரியாம கூண்டிலே அகப்பட்ட எலி மாதிரி... திறந்து விட்டாலும் வெளியே வர பயப்படறியே!

மர: எனக்கு நிஜமாகவே பயமாத்தான் இருக்கு!

சந்: *(அவள் கையைத் தொட்டு)* இதப் பார், நான் இருக் கேன். பயப்படாதே. நாளைக்கு அஞ்சு மணிக்கு வெச்சுக்கலாம். சாட்சிகளைக் கூட்டிண்டு வரு வேன். எங்க பேரண்ட்ஸை வேணும்னாலும்

	கூட்டிண்டு வரேன்! நீ என்ன பண்றே, காலேஜ் லேருந்து கொஞ்சம் சீக்கிரமாகவே கிளம்பிடறே. நான் காலேஜ் வாசல்லே காத்திட்டிருக்கேன்... சரியா நாலு மணிக்கு... நாளைக்கு... என்ன?
மர:	சரி.
சந்:	இந்த ரெண்டு எழுத்து போதும்! நான் பாக்கி யெல்லாம் சமாளிச்சுக்கறேன். அந்த ஆள்கிட்ட இதைச் சொல்லிக்கிட்டிருந்தா ஒண்ணுமே நடக் காது. எனக்கென்னவோ அவரைப் பார்த்தாலே Artificial ஆக இருக்கிறதா, சிரிக்கிறதாத் தோணுது. There is something sinister about him.

(சர்வர் மசால் தோசை கொண்டுவர...)

சர்:	என்ன சார் எழுந்துட்டீங்க?
சந்:	பில் கொண்டா!
சர்:	மசால் தோசை?
சந்:	மணி! நம்ம கணக்கிலே நீயே சாப்பிடு!

(அவன் திகைத்து நிற்க...)

(இருள்கிறது)

(ப்ரொபஸர் ராஜாவின் வீடு. அவர் சோபாவில் சாய்ந்து பேப்பர் படிக்கிறார். மரகதம் தயங்கி நுழைகிறாள்)

ப்ரொ:	(தலை நிமிராமல்) மரி!

(மரகதம் நிற்கிறாள்.)

ப்ரொ:	ஸ்பெஷல் கிளாஸ் எங்கே நடந்தது?
மர:	ஏன்? ஏன்?
ப்ரொ:	மரி, இங்கே வா!

(தயங்கி வருகிறாள்.)

ப்ரொ:	உக்காரு! (உட்கார்கிறாள்) என்னைப் பார்த்து, நேராப் பார்த்துச் சொல்லு. ஸ்பெஷல் கிளாசுக்குத் தான் போயிருந்தேன்னு...
மர:	மாமா, ப்ளீஸ்!

முதல் நாடகம் / 123

ப்ரொ: இன்னிக்கு மத்தியானம் நீ காலேஜுக்குப் போகலை. போன் பண்ணிக் கேட்டேன். இந்த மாசம் ஏழு எட்டு நாள் நீ இதே மாதிரி மத்தியானம் கட் பண்ணி இருக்கே! இப்ப சொல்லு.

மர: ஸாரி மாமா!

ப்ரொ: மறுபடி அந்தக் கெட்ட வார்த்தை ஸாரி! (சிரிக்கிறார்) மரி! சொல்லு என்கிட்ட சொல்லமாட்டியா? நான் யார் உனக்கு? என்கிட்ட பொய் சொல்லலாமா நீ? மரி, நீ யாரை மீட் பண்றேன்னு எனக்குத் தெரியாதுன்னு நினைச்சுக்கிட்டிருக்கியா. இதை என்கிட்ட நீயே சொல்லியிருந்தா நான் எவ்வளவோ சந்தோஷப்பட்டிருப்பேன். இப்பகூட என்கிட்ட நீ சொல்லலாம். அதைத்தான் நான் எதிர்பார்க்கிறேன்! சந்தர்தானே?

மர: மாமா, அவர் வந்தது மாஜிக் கத்துக்க இல்லை, என்னைச் சந்திக்க! என்கிட்ட இருக்கிற அன்பினாலே. என்னை அதற்கு முன்னாடியே சந்திச்சிருக்கார். என்னைக் கல்யாணம் பண்ணிக்க விரும்பறார்! அவர் நல்லவர் மாமா! நல்ல உத்தியோகத்திலே இருக்கார். அவர் அப்பா அம்மாகிட்ட எல்லாம் கூட்டிட்டுப் போய்க் காட்டினார். என்னை மனப் பூர்வமா விரும்பறார்.

ப்ரொ: நீ என்ன சொன்னே?

மர: சரின்னேன் மாமா!

ப்ரொ: வேற ஏதாவது விபரீதம்?

மர: சே, சே.

ப்ரொ: மரி, உனக்கு ஒரு தடவைகூட என்கிட்ட இதைப் பத்தி சொல்லணும்னு தோணலியா?

மர: தோணிச்சு மாமா! ஆனா பயமா இருந்தது.

ப்ரொ: நான் உன் நல்வாழ்வைப் பத்தி அக்கறை கொள்வேன்.

மர: அப்படிச் சொல்லாதீங்க மாமா! நீங்கதானே என்னை வளர்த்தது, ஆளாக்கியது! உங்ககிட்ட இருக்கிற

மரியாதையாலே... அப்புறம் எனக்கே கல்யாணம் பண்ணிக்கிறதுன்னா கொஞ்சம் குற்ற உணர்வா இருந்துச்சு! நான் இல்லைன்னா உங்க show பூரா ஸ்பாயில் ஆயிடும். மலேசியா போக முடியாது.

ப்ரொ: ஷோவா முக்கியம். உன்னோட சந்தோஷத்தைவிட ஷோவா முக்கியம். மரி, நீ இவ்வளவு நாள் என்னோட இருந்துட்டு என்னைச் சரியா புரிஞ்சுக் காம இருந்திருக்கயே! அதான் எனக்கு வருத்தம்! என்கிட்ட நேரா வந்து 'மாமா அந்த சந்திரசூடனைப் பிடிச்சிருக்கு எனக்கு. இவரை நான் கல்யாணம் செஞ்சுக்க விரும்பறேன்'னு சொல்லியிருந்தா நான் மாட்டேன்னு சொல்லியிருப்பேனா?

மர: மாமா, *(ஸ்விட்ச் போட்டதுபோல் உற்சாகமடை கிறாள். அவர் கையைப் பிடித்து முத்தம் கொடுத்து)* மாமா நான் உங்களைத் தப்புக் கணக்கு போட்டுட் டேன் மாமா! உங்களைப் போல ஒரு உத்தமமான மனுஷரை மாமாவாப் பெற்றதுக்கு நான் கொடுத்து வைச்சிருக்கணும்... மாமா! இப்பவே போய் சந்துருக்குப் போன் பண்ணிடறேன். நாளைக்கு நீங்களும் வரலாம் மாமா!

ப்ரொ: நாளைக்கு நான் எங்கே வரணும்?

மர: ரிஜிஸ்திரார் ஆபீசுக்கு...

ப்ரொ: ஓ! அவ்வளவு தூரம் போய்ட்டுதா. எங்கிட்ட ஒரு வார்த்தை சொல்லியிருக்கலாமே! நானும் வந்து ஒரு ஓரத்திலே நின்னிருக்கலாமே!

மர: ஸாரி ஸாரி ஸாரி! ஆயிரம் தடவை சொல்லட்டுமா?

ப்ரொ: வேண்டாம். நீ போய் ட்ரெஸ் மாத்திக்க...

மர: ஓ! சந்தோஷம் மாமா?

(அவள் செல்ல ப்ரொபஸர் தன் பையிலிருந்து ஒரு சங்கிலியில் தொங்கும் டாலரை எடுத்துப் பார்த்துக்கொள்கிறார்.)

(இருள்)

(மறுபடி வெளிச்சம் வரும்போது அதே அறை. ஒரே ஒரு விளக்கு மேலேயிருந்து மங்கலாகத் தெரிய, மரகதம் ஒரு மேக்சி உடையில்

ஏறக்குறைய சாயந்த நிலையில், தளர்ந்த நிலையில் உட்கார்ந்திருக்க, பின்னணியில் டேப் ரெகார்டிலிருந்து மெல்லிய இசை கேட்க, அவளுக்கு அருகே வெகு அருகே ப்ரொபசர் ராஜ் டாலரை ஆட்ட...

ப்ரொ: *(சன்னமாக)* மரி! உன்... கண்கள் கனக்கின்றன. மெதுவாக நீ மெதுவாத் தூங்கப் போகிறாய்! தூ...உ...ங்கப்...போகிறாய்!

ப்ரொ: *(கையைச் சொடக்கி)* மரி?

மர: *(தூங்கியவாறே)* என்ன மாமா?

ப்ரொ: சந்திரசூடனைப் பற்றிச் சொல்லு?

மர: சந்தர்... நல்லவர்! எனக்கு விடுதலை தரப்போறவர். என் கணவர்!

ப்ரொ: நோ மரி! தப்பு அது. மறுபடி சொல்லு. அவன் பெயர் என்ன?

மர: சந்திரசூடன்.

ப்ரொ: அவன் உன்னைத் துன்புறுத்துவான். அவன் கெட்டவன். அவன் பல பெண்களை நேசிப்பவன். உன்னை ஏமாற்றி உன் மேல் பல விதமான விஷயங்களை ஏற்றப்போகிறான், மரி, சந்திரசூடன் எப்படிப்பட்டவன்?

மர: *(தூக்கக் கலக்கத்தில்)* கெட்டவன்.

ப்ரொ: அவனை மறந்துவிடலாமா? மரி, நீ யாரைக் கல்யாணம் செய்து கொள்ளப் போகிறாய்?

மர: சந்தரை?

ப்ரொ: இல்லை! நீ யாருக்குச் சொந்தம் தெரியுமா? உன் மனத்தில் நினைத்துக் கொள். நீ எனக்குச் சொந்தம். நான் உன்னை அங்கம் அங்கமாக வளர்த்தவன். சின்ன வயதிலிருந்து சீராட்டி... தங்கக் கிளியாக, என் சொந்தச் சொத்தாக வளர்த்தது எதற்கு மரி?

மர: மாமா... நல்ல மாமா!

ப்ரொ: எதற்கடி? சொல்லு!

மர: ராஜா! ரோஸி!

ப்ரொ: சொல்லு! மரி! நான் உனக்குத்தான் காத்திருக்கேன். உன்னைத் தவிர யாரையும் மனசால் நினைக்க மாட்டேன். கூடவே சொல்லு.

(கூடவே சொல்கிறாள்.)

ப்ரொ: அந்தச் சுந்தரை நினைத்தால், அவனைப் பார்த்தால் உனக்கு வாயெல்லாம் கசக்கிறது.

மரி: தூ...தூ...

ப்ரொ: தலையை வலிக்கிறது. கனக்கிறது!

மரி: அம்மா! பிளக்கிறது!

ப்ரொ: மரி, சந்தர் யார்?

மரி: தலைவலி, கசப்பு.

ப்ரொ: மரி, நான் யார்? ராஜா யார்?

மரி: என் ராஜா *(சிரிக்கிறாள்)* வா! ராஜா! என்னை அணைத்துக் கொள். My dear sweet husband.

ப்ரொ: கொஞ்சம் கொஞ்சமாக, படிப்படியாக சந்தர் உன் நினைவிலிருந்து நீங்குகிறான். அவன் ஒரு முட்டாள். தலைவலி! மற்ற பெண்களை நேசிக்கிற வன். உன் உடம்பை நாடுகிறவன். உன்னிடம் அன்பில்லாதவன் சந்தர்!

மரி: தூத்தூ! சீச்சி!

ப்ரொ: நான்?

மரி: *(சிரிக்கிறாள்)* Come on dear. Let us go to bed. மாமா! நம்பினா நம்புங்க, நம்பாட்டி போங்க. எனக்கு அது என்னன்னே இதுவரைக்கும் தெரியாது. வாங்க! வாங்கன்னா! இந்த உடைகள் எதற்கு? வேண்டாம்! வாங்க மாமா! பெட்ஷீட் மாத்திடவா! அகர்பத்தி கொளுத்தி வெக்கட்டுமா? பால் காய்ச்சிக் கல்கண்டு போட்டு *(அவள் மெதுவாக தூக்கத்தில் எழுந்து அவர் தோளில் கை போட)*

ப்ரொ: எழுந்திரு மரி.

(இருள்கிறது)

(வெளிச்சம் வருகையில் அதே அறை. சந்திரசூடன் நன்றாக உடை அணிந்து ரோஜாப்பூ சகிதம் நிற்க, ப்ரொபஸர் கைக்காரியம் ஏதோ செய்துகொண்டிருக்க)

ப்ரொ: அவ உடம்பு சரியில்லை. எத்தனை தடவை சொல்றது சந்தர். படுத்திட்டிருக்கா!

சந்: ஐந்து மணிக்கு வரேன்னு சொன்னா ப்ரொபஸர்!

ப்ரொ: எங்கே?

சந்: ஒரு இடத்துக்கு!

ப்ரொ: உடம்பு சரியா இல்லியே, எப்படி வருவா? காலை லேருந்து பூனைக்குட்டி மாதிரி தூங்கறா, எங்கே வரதாச் சொன்னா? நாளைக்குப் பார்த்துக்கலாமே! என்ன சந்தர், கொஞ்ச நாளா கிளாஸுக்கு வரலை?

சந்: அவங்கள்ளாம் காத்துக்கிட்டிருக்காங்க!

ப்ரொ: எவங்கெல்லாம்? என்ன சுந்தர், புரியாம பேசறே?

சந்: *(யோசித்து)* All right. சொல்லிடறேன். ப்ரொபஸர், நான் இன்னிக்கு மரகதத்தை ரிஜிஸ்டர் கல்யாணம் பண்ணிக்க ஏற்பாடு செஞ்சிருக்கேன். அவங்களெல்லாம் காத்திருக்காங்க. அவ வரேன்னு சொல்லியிருந்தா. இன்னிக்கு காலேஜுக்கும் வரலை. அங்கேயும் வரலை... பயந்துட்டான்னு நினைக்கிறேன்! அவளை அனுப்பி வைக்கிறீங்களா?

ப்ரொ: என்னது! கல்யாணமா?

சந்: ஆமாம். உங்களுக்குச் சம்மதம்தானே?

ப்ரொ: என் சம்மதமா முக்கியம்? அவள்னா சம்மதிக்கணும்? எனக்கு தகவல் கொடுக்கணும்.

சந்: அவ சம்மதிச்சுட்டா! நீங்க பெருந்தன்மையா இருப்பீங்கன்னு நான் எதிர்பார்க்கலை. அதனாலேதான் உங்ககிட்ட சொல்லவும் இல்லை. சொல்லணும்கிற அவசியமும் இல்லை. எங்க ரெண்டு பேர் சம்மதம்தான் முக்கியம்!

ப்ரொ: எப்படியோ இன்னிக்கு நீ அவளைக் கல்யாணம் பண்ணிக்க முடியாது.

சந்:	பொய்! நீங்க அவளை அடைச்சு வெச்சிருக்கீங் கன்னு சந்தேகிக்கிறேன்!
ப்ரொ:	ஸில்லியா ஏதாவது பேசாதே!
சந்:	இப்ப நான் அவளைப் பார்க்கணும்.
ப்ரொ:	உடம்பு சுகமில்லைப்பா.
சந்:	பொய்! பொய்! நேத்திக்குப் பார்க்கும்போது நல்லா இருந்தா. அவளை நீங்க...
ப்ரொ:	ஆல்ரைட். நான் அவளை அழைச்சுட்டு வரேன். நீயே பார்த்துக்க...

(அவர் உள்ளே செல்ல, சந்திரசூடன் மேலும் கீழும் உலவுகிறான். curtain-ஐப் பார்க்கிறான். நகத்தைக் கடிக்கிறான்... பாஸ்டர்ட் என்கிறான்.)

ப்ரொ:	மெள்ள வாம்மா, வீக்கா இருக்கே மரி! யார் வந்திருக்கா பார். இங்கே பாரு.
மர:	(மிகவும் சோகையாக நடக்க முடியாமல், தடுமாறி, கெட்ட சொப்பனம்போல நிலை குலைந்து தலைகனத்து வருகிறாள். நிற்கிறாள். மெதுவாக நிமிர்கிறாள்.)
சந்:	மரி, டியர்? ஓ, என்ன ஆச்சு உனக்கு?
மர:	(சந்திரசூடனைப் பார்த்ததும் அவள் உடம்பு குறுகியது.) யார் நீ?
சந்:	நான்தான் சந்தர் மரி!
மர:	சந்தர்! சந்தர்! தூத்தூ! உன்னைப் பார்த்தாலே நாக்கெல்லாம் கசக்கிறது. தலை வலிக்கிறது. உன்னை எனக்குத் தெரிஞ்சு போச்சு.
சந்:	(புரியாமல்) மரி, அவாள்ளாம் காத்திட்டிருக்கா மரி! எங்க அப்பா, அம்மா எல்லாம் வந்திருக்காங்க. உனக்காக ஸாரி எடுத்து வெச்சிருக்கேன்! டைமண்டிலே தோடு, சங்கிலி எல்லாம் வாங்கி வெச்சிருக்கேன். மரி! என்னை நேராப் பார்! என்னை நேராப் பார்!

முதல் நாடகம் / 129

மர:	போடா! பொறுக்கி!
சந்:	மரி! *(தயங்கி)* இவளை என்னவோ பண்ணிட்டீங்க.
ப்ரொ:	அதேதான் நானும் நினைக்கிறேன். நேத்திக்கு ரொம்ப லேட்டா வந்தா.
மர:	போடா, போடா கசக்கிறது! மாமா! இவனைப் போகச் சொல்லுங்களேன்! மாமா! மாமா! *(அவர் தோளில் உறங்கிவிடுகிறாள்.)*
சந்:	அசிங்கமா இருக்கு மரி! வா!
மர:	போடா சோமாரி! போய் எவளையாவது புடிச்சு வெச்சுண்டு ரிஜிஸ்தர் மாரேஜ் பண்ணிக்கப் போ!
ப்ரொ:	நேத்திக்கு என்ன நடந்தது? நேத்து வந்ததிலிருந்து இப்படித்தான் இருக்கா! கவலையா இருக்கு. டாக்டர் வந்து மருந்து கொடுத்துட்டுப் போயிருக்கார். அதான் Sleepy-யாக இருக்கா! You see, என் கிட்ட சொல்லியிருந்தா உங்க இரண்டு பேர் கல்யாணத்துக்கு எந்தவிதமான ஆட்சேபனையும் சொல்லியிருக்க மாட்டேன். பைத்தியக்காரத்தனமா என்னிடமிருந்து மறைக்கப் பார்த்திருக்கீங்க.
சந்:	அதை நான் நம்பலை.
ப்ரொ:	உனக்கென்ன குறை? நல்ல சம்பளம், நல்ல குடும்பம். உன் மாதிரி மாப்பிள்ளையைத்தான் நான் தேடிக்கிட்டிருந்தேன். உனக்கு மேஜிக் கத்துத் தர நான் சம்மதிச்சதும் அதே காரணத்துக்குத்தானே!
சந்:	நான் நம்பலை, நான் நம்பலை.
மர:	நம்பாட்டிப் போடா!
ப்ரொ:	என்ன ஆச்சோ இவளுக்கு. இந்தப் பொண்ணு கொஞ்சம் பயந்த சுபாவம்... இதை நீ ரகசியமா வெச்சுக்கணும். ஏதோ சொல்லியிருக்கபோல இருக்குது... அந்த அதிர்ச்சியைத் தாங்க முடியாம அப்செட் ஆகியிருக்கா. அவ ஹெல்த்தான் முக்கியம். போ, போயிட்டு வா! அப்புறம் கல்யாணம் பண்ணிக் கலாம்.
மர:	போடான்னா!

சந்: மரி, வாட்ஸ் ராங் மரி?

மர: ப்ர்ர்ர், பாண்ட் கிழிஞ்சு போச்சு! *(சிரிக்கிறாள்.)*

ப்ரொ: மரிக்கண்ணு, நீ ரெஸ்ட் எடுத்துக்கம்மா, மெதுவா வா! மாடிக்குப் போய்டலாம்... மாடிக்கு...

மர: மாடிக்குப்போய், ரெண்டு பேரும் போத்திண்டு படுத்துண்டுடலாம் மாமா! சூடா! சூடா!

(அவர்கள் செல்ல)

(சந்திரசூடன் திகைத்து நிற்கிறான்.)

(இருள்)

(வெளிச்சம் வரும்போது மறுபடியும் பஸ் ஸ்டாண்டு. மரகதம் புத்தகங்களுடன் நிற்கிறாள். பின்னால் சந்திரசூடன் தொடர...)

மர: மிஸ்டர்! என்னை ஏன் ரொம்பத் தொந்தரவு பண்றீங்க?

சந்: மரி! ஒரே ஒரு தடவை ஹானஸ்ட்டா ஹானஸ்ட்டா சொல்லு. நீ, சொன்னதெல்லாம் நிஜமா? என்னை உனக்குத் தெரியாதா? ஒரே ஒரு தடவை!

மர: உன்னை எனக்குத் தெரியாது. ஆளை விடு!

சந்: மரி! அந்த ஆளு என்னவோ செய்துட்டான். *(பஸ் நிலையத்தில் கூட்டம் சேருகிறது.)*

மர: அவரைப் பத்திப் பேசாதீங்க.

சந்: மரி போதும் மரி. பாசாங்கு போதும் மரி. என்னை உனக்கு நிஜமாகவே தெரியாதா? தெரியாதா?

மர: தெரியாதுன்னா ஏன் உயிரை வாங்கறே!

சந்: கட்டாயமாச் சொல்லு! *(அவள் கையைப் பிடிக்க...)*

மர: அய்யய்யோ! கையைப் பிடிக்கிறான்.

ஒரு ஆசாமி: *(வந்து)* என்ன தம்பி பப்ளிக் பிளேசிலே ராங் பண்றே?

சந்: அடப்போடா சோமாரி!

ஆசாமி: என்ன?

மற்றொரு
வன்: இந்த மாதிரி ஆளுங்க நிறையப் பேர் கிளம்பி இருக்காங்க அண்ணே! ஏய் விடுடா! கையை ஒடிச்சுடுவேன். டேசனுக்குக் கூட்டிட்டுப் போடா. *(நான்கு பேர் சேர்ந்து அவனைத் தரதரவென்று இழுத்துச் செல்ல, மரகதம், நேர்பார்வை பார்த்துக்கொண்டு நிற்கிறாள்.)*

(இருள்)

(இருள் விலகுவதற்குமுன் பின்னணியில் ஆரம்பக் காட்சியின் இசையே கேட்கிறது. குரல் ஒலிக்கிறது).

'அன்பர்களே! நீங்கள் இதுவரை பார்த்துவந்த வித்தைக் காட்சிகளை விட பன்மடங்கு அற்புத மான மாய வித்தையை ப்ரொபஸர் ராஜா அவர்கள் இப்போது காட்டுவார். பர்மா, சிங்கப்பூர், தாய் லாந்து, பிலிப்பைன்ஸ், ஜப்பான் சென்று வந்த பின் ராஜா அவர்கள் இந்தியாவில் செய்து காட்டப் போகும் முதல் காட்சி இது.

தயவுசெய்து அமைதியாக இருந்து காட்சிகளை ரசிக்கப் பெரியோர்களையும் தாய்மார்களையும் தம்பி தங்கைகளையும் எங்கள்... சபா சார்பாக வேண்டிக்கொள்கிறோம்.

(இசை... இனி ப்ரொபஸர் ராஜா!)

(கருநீலத் திரை நட்ட நடுவே வசீகரமாக உடை அணிந்துகொண்டு மரகதம், ப்ரொபஸர். முதல் காட்சியின் உடையே. இருவரும் சிரித்துக் கொண்டிருக்கிறார்கள். நாடகச் சிரிப்பு.)

ப்ரொ: மஹ்ஹா ஜனங்களே, இதுவரை நீங்கள் பார்த்த வித்தைகள் எல்லாம் வெறும் கண்கட்டு வித்தை என்று சொல்வார்கள். இனிமேல்தான் உண்மை! ரோஸி!

மர: ராஜா.

ப்ரொ: உனக்குப் பயமா இல்லையா?

132 / சுஜாதா

மர:	எதற்குப் பயம் ராஜா!
ப்ரொ:	உன்னை ஒரு கூண்டில் அடைக்கலாமா?
மர:	அடை!
ப்ரொ:	அடைத்தபின் அந்தக் கூண்டை பூட்டி, சதக் சதக் என்று குத்தினால்...
மர:	குத்து ராஜா!
ப்ரொ:	தைரியமான பெண்... உங்களிலிருந்து தைரியமான ஆண்பிள்ளை வரவேண்டும்... யாராவது? (மேடையில் பக்கவாட்டிலிருந்து சப்தம் கேட்கிறது.)

'யாரய்யா நீ... இங்கெல்லாம் போகக் கூடாது!'

சந்திரின் குரல்:	போவேண்டா! ... (சந்திரசூடன் வருகிறான்).
சந்:	நான் வந்திருக்கிறேன்!

(ப்ரொபஸர் அவனைப் பார்த்ததும் மேடையின் பக்கவாட்டில் சைகை செய்கிறார்.)

சந்:	அங்கே என்ன?
ப்ரொ:	இவரை யாராவது அழைத்துச் செல்லுங்கள்!
சந்:	ஏன், எனக்கு என்ன?
ப்ரொ:	(கத்துகிறார்) யாராவது கூட்டிட்டு போங்க. இவன் எனக்கு வேண்டாம்.

(பக்கவாட்டிலிருந்து இருள் வந்து சந்திரசூடனைப் பற்றிக்கொள்ள)

'சொல்லாம கொள்ளாம இந்தப் பக்கமா நுழைஞ் சுட்டான்.'

சந்திரசூடன்:	(அவர்கள் பிடியிலிருந்து நழுவி மைக்கைப் பிடித்துக் கொண்டு) மஹாஜனங்களே! இந்த ஆள் ஒரு ஃப்ராட்! ஒரு மஹா கெட்டவன். இந்தப் பெண்ணை... அப்படியே அடிமைப்படுத்தி கொடுமைப்படுத்தி... அவளோட மனசைப் பாழடிச்சு... அவளை... (மறுபடி அவர்கள் பிடிக்க வர, சந்திரசூடன் அங்கிருந்த மாஜிக்சாதனங்கள், திரை எல்லாவற்றையும் கலைத்து உதிர்த்து விட்டு... அட்டகாசம் செய்கிறான்.)

முதல் நாடகம் / 133

பலர் பலவிதமாகக் கத்த, ஒரு போலீஸ்காரன் தெரிய...

பட் என்று விளக்கு அணைவதற்குமுன் கூட மரகதம் சிரித்தவாறே நின்றுகொண்டிருக்கிறாள். இருண்டதும்

ஒலி
பெருக்கி: எதிர்பாராமல் ப்ரொபஸர் ராஜா அவர்களின் சாதனங்களில் சேதம் ஏற்பட்டுவிட்டதால் இன்றைய மாஜிக் ஷோ ஒத்திப் போடப்பட்டிருக் கிறது. சிரமத்துக்கு வருந்துகிறோம்!

மரகதத்தின்
குரல்: *(ரகசியமாக)* நீங்க என்னை வந்து தனியா அவருக்குத் தெரியாமச் சந்திக்கிறீங்களா?

சந்திரசூடன்: நிச்சயமா மரி! உன்னை மறுபடி காதலிக்க ஆரம்பிக் கிறேன்! இந்த முறை பழைய தப்புகள் செய்ய மாட்டேன்.

(திரை)

- முற்றும் -

___